कुलामामाच्या देशात

ज्येष्ठ वनाधिकारी रवींद्र वानखडे यांच्या मेळघाटच्या
जंगलातील अनुभवकथा

जी. बी. देशमुख

मेहता पब्लिशिंग हाऊस

Please contact us at **Mehta Publishing House Pvt. Ltd.,** Pune 411030.
✆ +91 020-24476924 / 24460313 / Mob. No. 9545000513
Email : production@mehtapublishinghouse.com
Website : www.mehtapublishinghouse.com

- *या पुस्तकातील लेखकाची मते, घटना, वर्णने ही त्या लेखकाची असून त्याच्याशी प्रकाशक सहमत असतीलच असे नाही.*

KULAMAMACHYA DESHAT by **G. B. DESHMUKH**

कुलामामाच्या देशात : जी. बी. देशमुख / कथासंग्रह

author@mehtapublishinghouse.com

संस्थापक : सुनील अनिल मेहता

प्रकाशक : मेहता पब्लिशिंग हाऊस प्रा. लि.,
१९४१, सदाशिव पेठ, माडीवाले कॉलनी, पुणे - ४११०३०.

मुद्रक : ट्रिनिटी अ‍ॅकॅडमी फॉर कॉर्पोरेट ट्रेनिंग लिमिटेड

मुखपृष्ठ व
आतील चित्रे : अन्वर हुसेन

प्रकाशनकाल : जानेवारी, २०२२ / पुनर्मुद्रण : जुलै, २०२३

किंमत : ₹ २२०

P Book ISBN 9789392482144
E Book ISBN 9789392482298
E Books available on : amazonkindle Apple Books Google Play Books

निबीड जंगलात सोयी, सुविधा आणि सुरक्षेच्या अभावात,
कर्तव्यनिष्ठेच्या भावनेने जिवावर उदार होऊन कर्तव्य बजावणाऱ्या
सर्वसामान्य वनकर्मचाऱ्यांस...

हितगुज

२०१० ह्या वर्षी माझी बदली नागपूरला झाली होती. माझे स्नेही आणि एक कर्तबगार, कर्तव्यनिष्ठ आणि जगावेगळे वन अधिकारी रवींन्द्र वानखडे ह्यांची बदलीसुद्धा त्याच काळात नागपूरला झाली. त्यांचा कायम पत्ता परतवाड्याचा आणि माझा अमरावतीचा. अशा वेळी जेव्हा अमरावती ते नागपूर एकत्रितपणे जाणे शक्य होईल तेव्हा सोमवारी भल्या पहाटे वानखडे साहेब माझ्या अमरावतीच्या निवासस्थानी त्यांची खासगी गाडी घेऊन येत असत, हलका नाश्ता घेतला की लगेच आम्ही नागपूरकडे निघत असू. सकाळी सात ते साडेनऊ हा अमरावती ते नागपूर प्रवास प्रत्येक वेळी माझ्याकरीता एक उच्च दर्जाचा श्रवणानुभव ठरला. ड्रायव्हिंग सीटवर बसलेले वानखडे साहेब एका वेगळ्याच दुनियेत गेलेले असायचे आणि शेजारी बसलेला मी, त्यांचा एकमेव श्रोता, सगळा जीव श्रवणेंद्रियात आणून त्यांच्या तोंडून अत्यंत सहज सुंदर शैलीत आपसूक बाहेर पडणारे मेळघाटातील त्यांच्या दीर्घ वास्तव्यातील जंगलानुभव ऐकण्यात गुंग झालेला असे. ताजीतवानी सकाळ, अमरावती-नागपूर रस्त्याच्या दोन्ही बाजूला लांबचलांब पसरलेली हिरवीगार वनराई आणि जोडीला वानखडे साहेबांचे मेळघाटातील जंगली प्राण्यांचे, जंगलाचे, तेथील खरे मालक असलेल्या गरीब, भोळ्याभाबड्या कोरकू आदिवासी समाजाचे आणि स्वतःच्या साहेबकीचे अद्‍भुत, अस्सल आणि स्तिमित करणारे किस्से. ह्या कथा सांगणारे गृहस्थ एक उच्चपदस्थ सरकारी अधिकारी आहेत, ह्यावर विश्वास बसू नये, इतकी तळमळ त्यांच्या कथनात असायची.

अमरावतीच्या आमच्या राजेंद्र कॉलनी स्थित वडिलोपार्जित घराशेजारी आर्किटेक्ट स्व. एन.वाय. देशमुख ह्यांचे घर आहे. नानासाहेब आमच्यापेक्षा दोन पिढ्या ज्येष्ठ. अत्यंत रसिक, वाचनाचा प्रचंड व्यासंग असलेले नानासाहेब, सुरेश भटांच्या उमेदवारीच्या काळातील त्यांच्या विशाल मित्र- गोतावळ्यातील एक होते. भट बरेचदा त्यांच्याकडे येत असत.

१९८० हे वर्ष असावे. नानासाहेबांनी मला आणि आमच्या ज्येष्ठ बंधूंना रात्री दहा वाजता आवाज दिला. कशासाठी, काय ते विचारायची हिंमत आणि कारण नव्हतेच. त्यांच्या बैठकीच्या खोलीत मी आणि बंधू गेलो तर तिथे सोफ्यात जाडजूड सुरेश भट बसले होते. भट कोण हे आम्हाला माहीत होते पण त्यांची थोरवी आमच्यापर्यंत तोवर पोहोचली नव्हती. "गजल समजते काय रे?" त्यांनी घोगऱ्या आवाजात आम्हाला विचारले. आम्ही दोघेही बंधू चिडीचूप बसलो. "जाऊ द्या. फक्त आवडलं की वा, वा असं म्हणजा बे. अन झोपाचं नाही." असा दम देत भटांनी गजलांची मैफल सुरू केली. श्रोते तीनच - नानासाहेब, मी आणि आमचे मोठे बंधू. साडेदहाच्या सुमारास सुरू झालेले भटांचे गजल गायन पहाटे पावणे चारपर्यंत सुरू होते.

कालपरत्वे भटांचे मोठेपण कळत गेले, तसतसे त्या मैफलीत असण्याचे मोल कळू लागले आणि आज आमच्याकरीता ती मैफल एक दंतकथा बनून गेली आहे. श्रोता म्हणून त्या कच्च्या वयात साक्षात सुरेश भटांनी दिलेल्या अनुभवाचा पुन:प्रत्यय अमरावती-नागपूर रोडवरील खासगी प्रवासात रवींद्र वानखडेंच्या तोंडून ऐकलेल्या जंगलकथांनी दिला. चालत्या गाडीतील ह्या मैफली गद्यातील होत्या, श्रोता केवळ मी एकटा होतो – साम्य केवळ एकच होते. दोन्ही मैफलींचे हिरो सच्चे होते. अंत:करणातून त्यांच्या आवडीचे काम करणारे होते, आणि दोघांच्याही त्या कृतीत कुठलाही हेतू नव्हता. निर्हेतूक, नि:संगपणे त्यांनी कथनाचा आनंद घेतला आणि ह्या अद्‌भुत अनुभवाचा आनंद घेणारा मी एक भाग्यवान होतो.

वानखडे साहेबांना एके दिवशी मी म्हटलं, "तुमच्याजवळ हा जो अनुभवांचा खजिना आहे, ह्यावर आमचा, सामान्य जनांचा हक्क आहे. ही संपत्ती तुम्ही एकट्याने जवळ बाळगू नये, आम्ही तसे होऊ देणार

नाही.'' पण माणूस निरिच्छ, निर्मोही आणि टोकाचा प्रसिद्धीपराङ्मुख. त्यांनी काही हवा घेतली नाही. नंतर त्या प्रवासात त्यांनी ऐकविलेली आणि ह्या पुस्तकात प्रकाशित झालेली पहिली 'कपारीत वाघोबा' ही कथा तयार करून त्यांना दाखवली. त्यांना आवडली तरी त्या विषयात फारसा रस त्यांनी दाखवला नाही.

नंतर काही दिवसांत नागपूरहून आमच्या बदल्या झाल्या आणि तो विषय मागे पडला. त्यांनी सांगीतलेल्यांपैकी वेळ मिळेल तशा पाच कथा मी तयार केल्या होत्या; पण त्यापुढे प्रकरण जात नव्हते. शेवटी, २०१८ चा नोव्हेंबर उजाडला. दिव्य मराठीच्या प्रशांत पवारांना ह्या कथा वाचण्याकरीता पाठविण्याचा योग आला आणि ठरलं. या कथांचं एक पाक्षीक सदर २०१९मध्ये 'दिव्य मराठी' या दैनिकात प्रकाशीत करण्याचं ठरलं. प्रसिद्धीची इच्छा नसलेल्या वानखडे साहेबांना ह्या कामासाठी डिवचणं गरजेचं होतं. वानखडे मॅडम आणि माझी पत्नी बाळपणीच्या मैत्रिणी. वानखडे साहेबांच्या मजबूत किल्ल्याचा हा नाजूक बुरूज कामी पडला. ह्या मोर्चावर भले-भले कमजोर पडतात. वानखडे साहेबही अपवाद नव्हते. फते झाली. साहेब कबूल झाले. त्यांनी कुठल्याही मार्गे म्हणजे प्रत्यक्ष कथन, मेल, व्हाट्सॲप इ. असा कच्चा माल पाठवायचा, बाकीचं काम माझं.

कोरकू भाषेत वाघाला कुला म्हणतात आणि कोरकू आदिवासी त्याला लाडाने कुलामामा म्हणतात. 'कुलामामाच्या देशात' हे नाव माझ्या पत्नीनं सुचविलं आणि ते सर्व स्तरावर एका टेकमध्ये ओके झालं. २०१९ ह्या वर्षात वानखडे साहेबांची बदली पुण्याहून यवतमाळला झाली. अत्यंत व्यस्त जीवनशैली असलेल्या वानखडे साहेबांनी सदराची वेळ टळू नये, ह्यासाठी मी केलेला छळ आनंदानं सहन केला. आणि वर्षभर 'कुलामामाच्या देशात' ही जंगल-कथांची मेजवानी वाचकांपर्यंत आणू शकलो. सदरात संपर्कासाठी माझा भ्रमणध्वनी क्र. दिला गेला होता. हा आग्रहसुद्धा वानखडेंचाच. सहा जानेवारीला पहिली कथा प्रकाशित झाली आणि नंदुरबार ते ब्रम्हपूरी असे विविध ठिकाणांवरून वाचकांचे फोन येऊ लागले. लेख छापून आला की पुढले तीन दिवस मी 'उरलो फोन घेण्यापुरता' असं वर्षभर चाललं. जागरूक, रसिक वाचकांची संख्या रोडावल्याचा सार्वत्रिक समज अयोग्य आहे ह्याचा

पुरावा मिळाला. कारण जंगलप्रेमी, पक्षितज्ज्ञ, सामान्य वाचक अशा सगळ्यांचा भरभरून प्रतिसाद मिळाला. ह्या लेखांचं पुस्तक काढा, सदर थांबवू नका असे अनेक प्रेमाचे सल्ले आले. अनेकांनी तर मलाच तज्ज्ञ वनाधिकारी समजून प्राणी आणि जंगलविषयक समस्या माझ्यापुढे मांडल्या. त्याशिवाय नियमित फोन करून प्रसन्नता व्यक्त करणाऱ्या अनेक वाचकांनी उत्साह वाढवला. प्राण्यांच्या बाजूने असो अथवा मानवी बाजूने, भावना हेलावून सोडणाऱ्या कथांना वाचकांनी उदंड प्रतिसाद दिला. अस्वलाच्या हल्ल्यात जखमी झालेली अदिवासी मनोरुग्ण हिराबाईची कथा 'हिरूबाई भाग गयी', पाणवठ्याच्या मधोमध जंगली कुत्र्यांनी केलेल्या सांबराच्या शिकारीची कथा 'जिवाचा आकांत', महाकाय हत्तीद्वारे लाडक्या माहूताला चिरडण्याचा प्रसंग सांगणाऱ्या 'खुश रहना मेरे यार' आणि 'महाकाय आकांत' ह्या दोन कथा किंवा दारूच्या नशेत वाघोबांचं भक्ष्य ठरलेल्या माणसाची 'मेहमान रह गया' ही कथा. दिव्य मराठीचे प्रशांत पवार आणि इतर संबंधित मंडळिंनी ह्या कथा वाचकांसमोर योग्य पद्धतीनं याव्यात ह्याकरीता उत्तम संयोजन केलं.

सौ. नीलिमा रवींद्र वानखडे ह्यांनीसुद्धा वरील उपक्रमात पडद्यामागून भरपूर मदत केली. भूतकाळात जंगलात घडलेल्या वेगवेगळ्या रोचक प्रसंगांची आठवण वानखडे साहेबांना देऊन त्या कथा वाचकांपुढे

आणण्यासाठी त्यांनीच उद्युक्त केलं. ‘हिरूबाई भाग गयी’ ह्या कथेतील हिरूबाईला भेटायला नीलिमाताई नागपुरातील सरकारी दवाखान्यात गेल्या तेव्हा त्यांनी हिरूबाईची हलाखी पाहून स्वयंस्फूर्तीने पर्स रिकामी केली होती (आणि ह्या औदार्याचा साधा उल्लेखही वानखडे साहेबांनी कथेत केला नव्हता). असं सगळं जगावेगळं ह्या सदरासंदर्भात घडत गेलं. माझ्याबाबत म्हणाल तर माझ्यासाठी ते वर्ष कुलामामाच्या नशेत कधी संपलं ते कळलंच नाही. पूर्ण आयुष्यात मेळघाटात वेगवेगळ्या कारणांनी केवळ तीन चार वेळा गेलेल्या मला संपूर्ण मेळघाट वानखडे साहेबांच्या नजरेतून नितळ स्वच्छ दिसला. मी प्रत्यक्ष मेळघाटात अभ्यासाला गेलो असतो तरी त्याचं इतकं उत्तम आकलन मला झालं नसतं. करोनाची पहिली लाट ओसरल्यानंतर पुण्याला जाऊन ‘मेहता पब्लिशिंग हाऊस’ला भेट दिली. सुनील मेहतांची केवळ पाच मिनिटांची भेट हे पुस्तक अस्तित्वात येण्यास कारणीभूत ठरली. आमची ती पहिलीच भेट होती, पण त्या अल्प वेळेत ‘कुलामामा’ने त्यांना जिंकलं. ‘कुलामामाच्या देशात’च्या निमित्तानं असा अपूर्व आनंद दिल्याबद्दल सर्व संबंधितांचे मन:पूर्वक आभार!

‘मेहता पब्लिशिंग हाऊस’च्या माध्यमातून कुलामामाचा थरार सर्वदूर पसरलेल्या मराठी वाचकांपर्यंत पोहोचेल याची मला खात्री आहे.

– **जी. बी. देशमुख,** अमरावती

अनुक्रमणिका

कपारीत वाघोबा

मेळघाटातील आदिवासींच्या कोरकू भाषेत वाघासाठी शब्द आहे, 'कुला' आणि आदिवासी बांधव मायेनं, त्यांना संबोधतात 'कुलामामा'! १९९१च्या उन्हाळ्यातील ही गोष्ट. नवीन क्षेत्रसंचालक रुजू होऊन तीन महिन्यांचा कालावधी उलटून गेला होता. त्यांना अद्याप जंगलाच्या राजानं अर्थात कुलामामानं दर्शन दिलं नव्हतं. रुजू होते वेळी कदाचित साहेबांना असं वाटलं असावं की, मेळघाटातील पूर्ण वनविभाग त्यांच्या दिमतीला असल्यामुळे व्याघ्रदर्शन ही त्यांच्यासाठी सहज होणारी घटना ठरेल. परंतु प्रत्यक्षात झालं विपरीत होतं. वाघोबा अजूनही त्यांच्यावर प्रसन्न झाले नव्हते. एके दिवशी ते उद्वेगानं म्हणाले, "इतका मोठा माझा स्टाफ आहे, पण तुम्ही लोक मला तीन महिन्यांत एक वाघदेखील दाखवू शकला नाहीत.'

साहेबांची तक्रार खरी होती. सरकारी स्तरावर उत्तर देताना 'साहेब, तुमचं नशीब फुटकं आहे, त्याला आम्ही काय करावं?' असं खरखुरं उत्तर देता येत नव्हतं, म्हणून मी त्यांच्या समोर वाघ न दिसण्याच्या शास्त्रशुद्ध आणि तर्कसंगत कारणांचा पाढा वाचला. डोंगराळ प्रदेश, कमी धारणक्षमता, एक-एका वाघाचा विस्तीर्ण इलाखा इ. इ. साहेबांनी त्यावर इतकीच प्रतिक्रिया दिली, "ते सर्व ठीक. मी तुम्हाला अजून सात दिवस देतो. पुढचे सात दिवस हुकूम माझा नव्हे, तुमचा चालेल. तुम्ही म्हणाल तसं मी करतो. कुठं जायचं, कसं जायचं, हे सगळं तुम्ही ठरवा. रात्र असो की दिवस, वेळेचं बंधन नाही. मी तुमच्या मागे-मागे येईन, पण तुम्हाला मिशन यशस्वी करून दाखवावं लागेल, मला मेळघाटातील वाघ दाखवावा लागेल."

प्रकरण हातघाईवर आलं होतं. साहेबांचं व्याघ्रदर्शन आता 'इज्जत का सवाल' झाला होता. संपूर्ण विचाराअंती मी रंगुबेली हे ठिकाण सुचवलं. मेळघाट व्याघ्रप्रकल्पातील रंगुबेली या ठिकाणानजीक खापरा नदी तापी नदीला जाऊन मिळते. त्या संगमाची समुद्र सपाटीपासून उंची सुमारे ३५० मीटर आहे. समुद्र सपाटीपासून ११७८ मीटर उंचीवर असलेलं वैराट हे मेळघाटातील सर्वांत उंच ठिकाण आहे. खापरा नदी तापीला भेटण्यापूर्वी अनेक वळणं घेते. कदाचित आपलं स्वतंत्र अस्तित्व गमावण्याची इच्छा नसल्यामुळे ती इतके आढेवेढे घेत असावी. जमिनीचा उतार कमी झाल्यानं नदीचं पात्र उपलब्ध उतारानुसार फिरत फिरत

जातं, हे त्या आढ्यावेढ्यांच्या मागील शास्त्रीय कारण. तापी नदीच्या पात्रानजीक गाळाची सकस माती जमा झालेली नजरेस पडते. कधी काळी बांबूचं बी नदीच्या पाण्यासोबत वाहत आलं आणि या दोनही नद्यांच्या काठांवर समान उंचीवर पसरलं असावं, ज्यामुळे सर्वत्र बांबूच्या दाट रांगा तयार झाल्या. बांबू इतका दाट की इतर वनस्पतींचं नामोनिशाण नाही. या दाट बांबूंच्या जंगलात गुरांचे दांड सोडल्यास रस्ते काढणं केवळ अशक्य. उंच दाट बांबूंच्या खालून भुयाराप्रमाणे तयार झालेल्या गुरांच्या दांडातून वाकत-वाकत चालणे हाच एकमेव पर्याय. घनदाट बांबूच्या जंगलाच्या आडोशाचा फायदा घेऊन तिथे सुमारे चार वाघांचं अस्तित्व असल्याची खात्रीपूर्वक माहिती होती. 'तुम्ही म्हणाल, तेथे जाऊ' असं म्हणणारे साहेब शब्दांस जागले. रंगुबेलीचं ठरलं.

सतत तीन दिवस रंगुबेली, कुटुंगा, कुंड, घोकडा, खामदाखेडा, किन्हीखेडा, राजकिल्ला, तसंच खापरा व तापी नदीच्या संगमानजीकचं उंच ठिकाण असलेलं मेळघाट क्षेत्र पिंजून काढलं.

सकाळी चार ते दहा नुसती भ्रमंती. दहा ते बारा कार्यालयीन काम. दुपारी बारा ते चार विश्रांती व चार ते रात्री आठपर्यंत पुन्हा वाघाच्या शोधकार्यात भटकंती, अशी जबरदस्त मोहीम सुरू होती. त्या क्षेत्रातील सर्व पाणवठे तुडवून झाले, चांदणी डोह, घोगरा अशा वाघाच्या अस्तित्वाचे पुरावे देणाऱ्या सर्व ठिकाणी भल्या पहाटे किंवा संध्याकाळी दोन ते तीन तास शांतपणे बसून वाघोबांची प्रतीक्षा केली. या सर्व जागी वाघ व अस्वलाच्या अस्तित्वाच्या ताज्या खुणा– विष्ठा, जमिनीवर नखांनी खुरपल्याच्या खुणा, बैठकीच्या खुणा – ते भोवताली असण्याची जाणीव करून देत होत्या, पण काही केल्या एकही वाघ दर्शन देण्यास राजी नव्हता. तीन दिवस अशी कठोर परीक्षा झाल्यानंतर साहेबांचा संयम सुटला. चवथ्या दिवशी साहेबांनी मनातलं बोलून दाखवलं. म्हणाले, "रवी, तुझं आणि माझं सोबत जाणं लाभी दिसत नाही."

...आणि त्या दिवशी सकाळच्या नाश्त्यानंतर आम्ही स्वतंत्रपणे दोन गटात वेगवेगळ्या क्षेत्रात जाऊन वाघोबांचा शोध घ्यायचं ठरवलं. वेगवेगळ्या ठिकाणी शोध घेत असताना जर मला वाघ दिसला, तरी साहेबांना दाखविण्यासाठी त्याला धरून ठेवता आला नसता, तेव्हा या धोरणाचं हशील काय, असे इंटेलिजंट प्रश्न साहेबांसमोर विचारायचे

नसतात. हरिसालपर्यंत आम्ही सोबत गेलो, आणि पुढे ढाकणा-डोलार-कोकटू हे साहेबांच्या पसंतीचं क्षेत्र त्यांनी निवडलं आणि मी गेलो रायपूरला. दुपारी बाराच्या सुमारास मी पोहोचलो रायपूरच्या विश्रामगृहात. वनरक्षक बेलसरेंची भेट झाली. मी त्यांना म्हटले, "गेले चार दिवस सतत शोध घेऊनही साहेबांना आम्ही वाघ दाखवू शकलो नाही. शेवटी, साहेब गेले तिकडे आणि मी आलो इकडे. आता तुम्हीच मला वाघ दाखवा, बोला, वाघ दाखवू शकता काय?"

"अभी चलने का क्या? अभ्भीच दिखाता...", बेलसरेंचा आत्मविश्वास दाद देण्यासारखा होता.

"कहा जाना पडेगा?" मी.

"हल्दु तलई." बेलसरे म्हणाले.

"कितना दूर?" मी.

"बस पाच कि.मी." बेलसरेंचे उत्तर.

"कैसे जाना?" मी.

"पैदल." बेलसरे.

बेलसरे स्वत: मेळघाटातील कोरकू या आदिवासी जमातीचे. बेलाच्या झाडावरून त्यांचं गोत्र ठरलं. याच प्रकारे या जमातीत 'सेमलकर', 'भिलावेकर', 'जामुनकर' अशी आडनावं अनुक्रमे सेमल, बिबाव व जांभूळ या झाडांच्या नावावर असलेल्या गोत्रांवरून तयार झालेली आढळतात. आदिवासींची मुळं जंगलाच्या अस्सलतेशी कशी जुळली आहेत, त्याचा हा एक नमुना.

भुकेच्या तडाख्यात बेसनासोबत चांगली दीड भाकरी हाणली. हात धुतले. कान आणि डोकं झाकत गमछा बांधला आणि बेलसरेंना म्हणालो, "चलो". आणि आमची दोन सदस्यीय चमू निघाली, हल्दू तलईकडे. पाच कि.मी. अंतर एका तासात पार केलं. रस्त्यात झाडं भरपूर होती, पण सगळी सागवानाची. त्यामुळे सावलीचा पत्ता नाही. मार्गात ओहोळ-नाले मुबलक परंतु उन्हाळ्यामुळे सगळे कोरडे ठण्ण! 'तलई' म्हणजे दरीचा समतल खोलगट भाग. 'हल्दु तलई' म्हणजे जिथे हल्दु झाडांचं जास्त प्रमाण आहे अशा जंगलातून वाहत येणाऱ्या ओढ्यांचा शेवटी असणारा खोलगट समतल भाग. प्रत्यक्ष डोहापाशी पोहोचल्यावर आम्ही सतर्क होतो. डोह नजरेच्या टप्प्यात येताच आम्ही

काळजीपूर्वक चालू लागलो होतो. डोहात पाणी होतं. पण आसपास वाघोबा नव्हते. पाच कि.मी.ची भर उन्हातील तंगडतोड निष्फळ ठरली होती. पण आता बेलसरेसुद्धा इरेस पेटले होते. ते म्हणाले, ‘‘रूको साब, यहा से एक कि.मी. उपर गये तो, घोगरा है. पानी नही होता वहा, पर धुप के टाइम शेर वहा आकर बैठता है.’’ ‘घोगरा’ म्हणजे खडकातील कपार. मी म्हटलं, ‘‘चलो.’’ मनात वाघ दिसण्याची शाश्वती नव्हतीच, पण मी नकार दिला नाही. आम्ही मुद्दामच घोगऱ्याच्या वरच्या बाजूनं जाण्याचा निर्णय घेतला. अत्यंत काळजीपूर्वक घोगऱ्याच्या दिशेनं आमची आगेकूच सुरू होती. वाघ असो की नसो, काळजी घेणं आवश्यक होतं. जराशी गफलत जिवावर बेतायची. म्हणून गुपचूप चालत असता आमचा संवादही खाणाखुणांतून सुरू होता.

कपारीचा वरचा अंदाजे वीस मीटरचा भाग काळ्या पाषाणाचा होता. अगदी दबक्या पावलानं, कोणताही आवाज न करता एक-एक पाऊल टाकत आम्ही पुढे सरकत होतो. मी फारशी आशा बाळगून नव्हतो. म्हणतात ना माणूस अती सावध असला, की त्याच्या हातून काहीतरी चूक होतं. तसंच झालं. एका लहान दगडाला नकळत माझ्या पायाची ठोकर लागली आणि पाठ्यावरून (दगडी भागावरून) घरंगळत तो दगड कपारीत जाऊन पडला. शांत वातावरणात दगडाच्या घरंगळण्याचा आवाजही मोठा भासत होता. त्या आवाजासरशी कपारीच्या दोन टोकांशी असलेल्या दोन झाडांपैकी एकावरून एक सर्पगरुड आणि दूसऱ्यावरून ब्राऊन फिशिंग आऊल (घुबड) असे मोठ्या आकाराचे पक्षी उडाले. त्या पक्ष्यांचं उड्डाण बघत असतानाच तिथे वाघ असण्याची माझी उरलीसुरली आशाही मावळली.

वाघ असण्याची शक्यता संपल्यात जमा असल्यामुळे आता मी बिनधास्त झालो. वेगानं कपारीकडे चालू लागलो. मधे आलेल्या दगडाला आता जाणूनच लाथ हाणली. घरंगळत जाणाऱ्या दगडाचा आधीप्रमाणेच आवाज झाला आणि अचानक कपारीतून पुढे असलेल्या रायमुनीच्या दाट झाडींवर छलांग लगावणारे वाघोबा दिसले. दगडाच्या आवाजामुळे सावध झालेल्या वाघोबांनी संकटाची चाहूल घेऊन सरळ आवाजाच्या विरुद्ध दिशेनं रायमुनीच्या झाडींवर झेप घेतली होती. दाट झाडीवर भांबावलेल्या अवस्थेत काही क्षण वाघोबांचं शरीर अधांतरी लटकलं.

पायाखाली आधार नसल्यामुळे काही क्षण त्याने हवेत पाय मारले. पायाला आधार मिळताच दौड लगावत थोडा वरच्या बाजूला तो गेला, आणि मग मागे वळून त्याने तो लाख मोलाचा लुक दिला. एकच क्षण. एकच नजर. एकच कटाक्ष. भेदक, आकर्षक, अवर्णनीय. दुसऱ्याच क्षणी त्याचं भांबावलेपण लुप्त झालं. परिस्थितीचं त्याला आकलन झालं, आणि 'अरे, बेकारही हडबडाए और डरे भी तो किससे?' या अर्थाची नजर आम्हाला देत, सावकाशपणे, ऐटीत तो जंगलात अदृश्य झाला...

आम्ही पुरते गांगरलेलो. गळ्यात कॅमेरा लटकतच राहिला. फोटो घेण्याचं भान राहिलं नव्हतं. निमिषार्धात सर्व काही घडून गेलं. त्या राजबिंड्या नजरेशी नजरानजर झाली. धन्य झालो. दर्शन झालं, पण पुरावा तयार करू शकलो नव्हतो. पुरावा नव्हता, म्हणून अनुभवलेला थरार गुपितच राहू दिला. आयुष्यभरासाठी मर्मबंधातली ठेव बनून राहील अशा, थरारास कुणी 'उगाच बाता मारता' अस म्हणत उडवून दिल्यास, ते आवडलं नसतं, म्हणून तो प्रसंग स्वत:पुरताच ठेवला...

◆

जिवाचा आकांत

'बारा जंगली कुत्ते मिलकर शेर को मार डालते हैं'... सत्तरच्या दशकात गाजलेल्या 'जंजीर' चित्रपटातल्या तगड्या पठाणाच्या वेषातील प्राणनं यार-दिलदार अमिताभबद्दल वाटणारी चिंता, या शब्दात व्यक्त केली, तेव्हा आमची पिढी माध्यमिक शाळेत होती. जंगली कुत्र्यांशी आमचा झालेला तो पहिला परिचय! पुढे मेळघाटातील सेमाडोहच्या व्याघ्र प्रकल्पात रुजू झाल्यानंतर जंगली श्वापदांचं दर्शन होऊ लागलं, त्यांची जीवनशैली, आचरण, स्वभाव इत्यादींचा अभ्यास होऊ लागला आणि त्यांच्या अस्तित्वाची नितांत आवश्यकता मनास पटू लागली...

जंगलात वाघ कितीही वेळा पहा, प्रत्येक वेळी काहीतरी राहून गेलं, अशी रुखरुख मनात असते. त्याचं रूप डोळ्यांत जणू सामावतच नाही. परंतु प्रत्येक वेळी व्याघ्रदर्शनाच्या ओढीनं आपण जंगलात जावं आणि गवे, सांबर, हरीण, माकड, लांडगे इ. प्राणिसंपदेशी परिचय व्हावा असंही घडतं. याच व्याघ्रदर्शनाच्या ओढीपायी आपोआपच जंगलातील इतर प्राणी, त्यांचे स्वभाव, सवयी इत्यादिंविषयी अभ्यास होत गेला. जंगलातील जीवनचक्र जंगलाच्या राजाभोवती कसं फिरत असतं, त्याचा प्रत्ययही येत गेला.

शहरातील पापभीरू, कायद्याला भिणाऱ्या आणि नाकाच्या सरळ रेषेत चालणाऱ्या सर्वसामान्य माणसांची तुलना जंगलाच्या राज्यात हरीण, ससे, काही प्रमाणात गवे इ. प्राण्यांशी होऊ शकेल. म्हणजे असं की, जितकं जीवन वाट्याला आलं आहे, तेवढं भीत-भीत जगायचं आणि एके दिवशी आपल्यापेक्षा बलाढ्य प्राण्याचा आहार बनून जीवनाची इतिश्री करून घ्यायची.

स्वतःच्या दौर्बल्याची जाणीव ठेवून जगणाऱ्या या अशा प्राण्यांव्यतिरिक्त अचाट ताकदीचं वरदान नसूनसुद्धा व्यवस्थेला आव्हान देण्याची खुमखुमी असलेल्या काही प्राण्यांचा एक वेगळा वर्गही असतो. राजा झाला म्हणून काय झालं, त्यालाही आव्हानात्मक ठरू शकतील, अशा शक्यता जंगल-सृष्टीत अस्तित्वात असतात. सर्वशक्तिमान, ताकतवर, राजबिंड्या राजाची निरंकुश सत्ता तर मंजूर नाही आणि त्याला एकट्यानं आव्हान देणंसुद्धा शक्य नाही, अशा प्राण्यांच्या वर्गात विशेष उल्लेख होईल, तो रानडुकरं आणि रानकुत्र्यांचा!

वाघासारख्या आपल्यापेक्षा आकारानं, ताकदीनं आणि वकुबानं

मोठ्या असलेल्या 'वरिष्ठा'ची जिवंतपणी सालटी काढण्याइतकी ताकद रानकुत्र्यांच्या सामूहिक हल्ल्यात असते. कोल्हा आणि लांडग्यांच्या विस्तारित कुटंबातील चुलत घराणं असलेलं, रानकुत्रं अत्यंत पाताळयंत्री. आपल्या शिकारीला दमवून-दमवून शिताफीनं घेरणं आणि संपूर्ण असहाय अवस्थेत शिकार आली की मग तिचा फडशा पाडणं, अशी रानकुत्र्यांची षडयंत्रकारी पद्धती असते. अत्यंत क्रूर स्वभावाच्या, दयेचा लवलेश नसलेल्या या प्राण्यांच्या क्रूरतेचा कळस असा, की शिकारीला दहा-बारा जण घेरतात, आणि तिचे निसटण्याचे मार्ग बंद झाले, की थेट तिचं शरीर आपल्या अणकुचीदार दातांनी फाडणं सुरू करतात. शिकार तिच्या चार पायावर उभी असते आणि रानकुत्र्यांची झुंड चहुबाजूंनी जमेल तसे, तिचे लचके तोडू लागतात, शिकारीची प्राणज्योत मालवत जाते, 'कॉज ऑफ द डेथ' म्हणजे मरणासाठी कुणाचा लचका जवाबदार होता, तेसुद्धा त्या धसमुसळीत कळून येत नाही.

मेळघाटाच्या जंगलातील सप्टेंबर महिन्यातील दुपार म्हणजे केवळ आल्हाद. नुकत्याच परत गेलेल्या मान्सूननंतर सर्वत्र पसरलेले, नजर सुखावणारे हिरवे गालिचे, रात्रीचा गारठा आणि सकाळच्या थंडीच्या कडाक्यातून थोडासा दिलासा देणारी दुपारची ऊब. मेळघाटातील प्रत्येक ऋतू, प्रत्येक दिवस आणि प्रत्येक सांज निसर्गाचा वैविध्यपूर्ण, अस्सल अनुभव देणारी असते. येथील निसर्ग अंतरंगात जिरवायला एक मानवी जन्म केवळ अपुरा. निसर्गाच्या या अलौकिक अस्सलतेचा आनंद मिळविण्याचं कसब साधलं की, मग गणवेशातील नोकरीची रुक्षता विसरायला होते आणि मेळघाटातील तैनाती शिक्षा नव्हे, तर वरदान वाटू लागते.

सप्टेंबरअखेरची अशीच एक उबदार दुपार टळत आली असता, क्षेत्रसंचालक काकोडकर यांच्यासोबत आम्ही छोंद्रिआम ते कोकटू अशी रपेट काढली. पावसाळा नुकताच संपला असल्यानं कच्च्या रस्त्यांवर उगवलेल्या गवताच्या चादरीत रस्ता दिसेनासा झाला होता. रस्त्यातील खाचखाळगे आणि मधे येणाऱ्या नाले-ओहोळांचा अंदाज यावा म्हणून समोर दोन घोड्यांवर दोन जवान सावकाशपणे रस्त्यावरील चाकोरीवरून पथदर्शन करवीत होते. 'आगे पिछे हमारी सरकार, यहा के हम है राजकुमार' असा फील मनात असला तरी, आमचा तामझाम बघायला

घनदाट जंगलातील वृक्षवल्ली आणि नीरव शांतता याव्यतिरिक्त इतर कुणीच नव्हतं. समोरचे दोन घोडेस्वार आणि मागे आमची जिप्सी गाडी असा काफिला पुढे सरकत होता.

आता सूर्य मावळणीला लागला होता. एरवीही कोकटू दरीत संध्याकाळच्या वेळी लवकरच अंधारून येते. आम्ही चिपी गावापर्यंत पोहोचलो होतो, आणि तेथून कोकटूपर्यंतचं अंतर पाच कि.मी.चं होतं. कातरवेळेच्या सौम्य प्रकाशात अचानक एक सांबर रस्त्याच्या एका बाजूनं जिवाच्या आकांतानं धावत आलं आणि आमच्या जिप्सीसमोरून डोळ्याचं पातं लवतं न लवतं तोच, रस्ता ओलांडून दुसऱ्या बाजूला झाडीत लुप्त झालं. क्षणार्धात आठ ते दहा रानकुत्री सुसाट वेगाने त्याच दिशेनं पळाली. नाल्यामुळे आम्हाला जिप्सीचा वेग वाढवणं शक्य नव्हतं, म्हणून कुठलीही जोखीम न घेता, आम्ही सावकाश गतीनं पुढे जाणं सुरू ठेवलं. कोकटू जवळ होतं, आणि त्या आधी नाल्यात तयार करण्यात आलेल्या पाणवठ्यापर्यंत आम्ही पोहोचलो होतो. या पाणवठ्याचं वैशिष्ट्य असं की, नाल्यातील पाणी आटलं तरी पाणवठ्याभोवती केलेल्या मातीच्या बांधाऱ्यामुळे आंब्याच्या झाडाच्या सावलीत पाण्याचा लहानसा डोह येथे सदैव असतो.

आमचे पायलट घोडेस्वार अचानक थबकले. तेथील दृश्य थरारक होतं. एक सांबर पाणवठ्याच्या मधोमध भेदरलेल्या अवस्थेत उभं होतं आणि पाणवठ्याच्या सभोवताल वर्तुळाकार रचनेत आठ ते दहा रानकुत्री सांबराकडे खाऊ की गिळू अशी नजर लावून होती. सांबराच्या पोटाला पाणवठ्याचं पाणी लागत होतं, म्हणजेच पाण्याची खोली अंदाजे तीन फुटांची होती. केव्हा सांबर पाण्याबाहेर येते आणि केव्हा आपण त्यावर तुटून पडतो, अशा आविर्भावात रानकुत्री उभी होती. रानकुत्र्यांनासुद्धा पाण्यात पोहता येतं, पण पाण्यात तरंगत्या अवस्थेत, त्यांची ताकद कमी पडते, म्हणून सावज थकून बाहेर येईपर्यंत वाट पाहण्याची त्यांची तयारी होती.

धीर! जंगली आणि हिंसक म्हणविल्या जाणाऱ्या रानकुत्र्यांनासुद्धा कार्य सिद्धीस नेण्यासाठी, धीर धरायचा असतो, या सत्याची जाण असणं, हेही एक आश्चर्यच. बेफाम पळण्यापेक्षा पाण्याच्या सुरक्षेत शक्य तितक्या वेळ धीर धरण्याची सांबराची नैसर्गिक समजसुद्धा

तेवढीच कमालीची! सांबराला जीव वाचविण्यासाठी धीराने घेणे भाग होते आणि रानकुत्रीही तेवढ्याच चिकाटीनं पाणवठ्याला वेढा घालून बसली होती. सरशी होईपर्यंत त्यांचा तळ उठणार नव्हता. रानकुत्र्यांचा हल्ला झाल्यास त्यांच्या उंचीपेक्षा अधिक खोली असलेल्या पाण्याच्या साठ्यात आसरा घेऊन प्राण वाचविण्याचा प्रयत्न करण्याची पद्धत सांबर-समुदायात सर्वमान्य आहे.

सुमारे अर्धा तास आम्ही या स्थितीचं शांतपणे निरीक्षण करत बसलो होतो. दोन्ही बाजू मोर्चे सोडायच्या मन:स्थितीत नव्हत्या. सांबराच्या धीराची कसोटी लागली होती. अंधार गडद होऊ लागला, तसा आम्ही निर्णय घेतला, की आधी विश्रामगृहात पोहोचू आणि रात्री जेवणानंतर इथली स्थिती पाहण्यास चक्कर घालू. त्याप्रमाणे आम्ही सावकाश तेथून तळ हलवला आणि विश्रामगृहाकडे कूच केले. विश्रामगृहावर दिवसभराच्या शिणातून थोडे सैलावलो. ताजेतवाने होऊन जेवण आटोपले. दरम्यान काकोडकरसाहेबांशी कार्यालयीन बाबींवर चर्चाही झडल्या, पण पूर्ण वेळ डोक्यात पाणवठ्याच्या मधोमध भेदरलेल्या अवस्थेत उभं असलेलं सांबर पिंगा घालत होतं. वनखात्याच्या नियमानुसार तसल्या स्थितीत मानवी हस्तक्षेप वर्ज्य असल्यामुळे सांबराविषयी कितीही दया दाटून आली असली, तरी जंगलात जे नैसर्गिकरीत्या घडतं, ते घडू द्यायचं होतं. अशा स्थितीत दोन्ही बाजूंच्या वागणुकीचा अभ्यास करणं, इतकंच काय ते आमच्या हाती होतं. त्यामुळे दोन-तीन तासांच्या अवधीनंतर आम्ही पुन्हा घटनास्थळी पोहोचलो. नेमकं काय दृश्य बघायला मिळतं याविषयी सगळ्यांची उत्कंठा ताणली गेली होती. प्रत्यक्षात दोन्ही बाजूंचा धीर अजूनही न सुटल्याचं दृश्य बघायला मिळालं. सतत पाण्यात उभं असलेलं सांबर थकून-भागून पाण्यात बसलं होतं. त्याच्या शरीराचा मानेपासून वरचा भाग श्वास घेण्यापुरता पाण्याच्या वर दिसत होता. रानकुत्रीसुद्धा जागीच बसून सांबर बाहेर येण्याची प्रतीक्षा करत होती. आमच्या उपस्थितीमुळे परिस्थितीत काही बदल होऊ नये, याची काळजी घेत आम्ही तेथून सावकाश निघालो.

दुसऱ्या दिवशी सूर्य उजाडताच पुन्हा आमचे पाय त्याच दिशेनं धावले. आता तेथील दृश्य करुणाजनक होतं. सांबराच्या बाजूनं कुठलाही चमत्कार घडला नव्हता. धैर्याच्या परीक्षेचा निकाल रानकुत्र्यांच्या बाजूनं

लागला होता. सांबराचं निर्जीव शरीर अर्धं पाण्यात तर अर्धं पाण्याबाहेर होतं. अर्ध्याहून अधिक भाग रानकुत्र्यांनी फस्त केला होता. छातीचा पिंजरा लालसर ताज्या मांसाच्या तुकड्यांसह उघडा पडला होता. रानकुत्री जवळ-पास कुठेतरी असावीत, पण नजरेच्या टप्प्यात नव्हती. रानकुत्र्यांच्या तावडीत जिवंतपणी सापडण्यापेक्षा सांबरानं जलसमाधी घेण्याचं पत्करलं असावं. सांबर पाण्यात पुरतं बुडल्याचं बघून रानकुत्र्यांपैकी एक-दोघांनी हिमतीनं पाण्यात उतरून सांबरास पाणवठ्याच्या काठावर ओढत आणलं असावं. सगळ्यांनी सांबरावर सकाळी सकाळी यथेच्छ ताव मारून झाल्यावर, उरलेलं सांबर राखून ठेवलं असावं.

सर्व्हाइव्हल ऑफ दी फिटेस्ट. एवढा एकच मंत्र. आणि एवढा एकच जंगलचा नियम. तिथे दया आणि मायेच्या भावनेपेक्षा स्वअस्तित्वाचं भान सगळ्यात टोकदार असतं, हाच याचा अर्थ होता...

◆

आज्ञाधारक बच्चू

त्या दिवशी रविवार होता. मेळघाटच्या निवांत जंगलात स्वच्छंद फेरफटका मारण्यासाठी रविवारसारखी पर्वणी दुसरी नाही. शिवाय, आज काही पाहुण्यांना जंगल सफारी घडवायची होती. वाघ दाखवायचा होता. व्याघ्रदर्शनाचे अनेक प्रसंगानुभव गाठीशी असतानासुद्धा प्रत्येक वेळी वाघ पाहायला जायचं म्हणजे मला उत्साहाचं भरतं येत असे. वन खात्याची जिप्सी आणि तिचे उत्साही चालक निमकर तयार होते. चार वाजेच्या सुमारास सेमाडोह आणि थोड्याच वेळात पिपतपडावच्या संरक्षित घनदाट जंगलात प्रवेश झाला. सावकाश गतीनं चालणाऱ्या गाडीची सौम्य घरघर, दूरवरून ऐकू येणारी पक्ष्यांची चिवचिव आणि रस्त्यावर पसरलेल्या वाळक्या पानांच्या थराचा चाकाखाली चिरडण्याचा आवाज सोडता निवांत निःशब्दता होती. वाघ पाहण्याच्या उत्कंठेपोटी मंडळी शांत बसली होती. जंगलात वाघ दिसणे, या प्रकाराचं शब्दांत वर्णन तसं कठीणच. वाघाचं जंगलातील राजबिंडं रूप, त्याचा रुतबा, तो थरार निराळाच! जंगलात दर्शन होतं ते वाघाच्या स्वभावाचं, त्याची अदब, त्याच्या निडरतेचं. एकदा जंगलात वाघ पाहिला, तर आयुष्यभर ते दृश्य मनात ताजं राहतं, त्याची उजळणी तुम्हास जीवनाची प्रेरणा देत राहते.

अशीच उत्कंठापूर्ण सुरुवात या जंगल सफारीची झाली. वाघाच्या शोधात असणाऱ्या आम्हास वाघच काय, इतर कुठलाही प्राणी तासभर नजरेस पडला नाही. आता थोडी मरगळ आम्हा जंगलप्रेमींवर येणार, तेवढ्यात गव्याचं एक गोंडस पिल्लू एकटंच रस्त्याच्या डाव्या बाजूला नजरेस पडलं. वरवर पाहता म्हशीसारखा वाटणारा हा केसाळ प्राणी अत्यंत ताकदीचा असतो. त्याच्या पांढऱ्याशुभ्र मस्तकाची धडक गेंड्यापेक्षाही भेदक असते. मस्तकाचा मध्यभाग, नाक, तोंड, कानाचा आतला भाग आणि चारही पायांचा गुडघ्याखालील भाग पांढरा आणि उर्वरित आडदांड शरीर काळंकभिन्न! साधारण वजन ६०० ते ७०० किलो असलेल्या गव्यांची मेळघाटात संख्या सुमारे दीड हजारापेक्षा जास्त आहे. सर्वांनीच गव्याच्या त्या आठ-दहा दिवसांच्या पिल्लाकडे कुतूहलानं पाहिलं. पण माझी अनुभवी नजर पिल्लू एकटं पाहून थबकली. इतकं लहान पिल्लू कळपाशिवाय फिरत असावं, ही कल्पनाच सुसंगत वाटत नव्हती. आसपास कुठेही त्याच्या आईचा मागमूस दिसत नव्हता. इतक्या लहान

पिल्लास आई एकटं सोडेल, असा संभव कमी होता.

गाडी पुढे निघाली. काही अंतरावर हळूच ब्रेक लागले. पुढे सुमारे वीस फुटांवर विचित्र दृश्य पाहायला मिळालं. चार तगडे गवे एकमेकांच्या पाठीला पाठ लावून रस्त्याच्या मधोमध उभे होते. गाडीची चाहूल लागूनदेखील ते रस्त्यावरून त्या स्थितीतून हटण्यास तयार नव्हते. शिकारी प्राण्यांपासून दूर पळणं शक्य नसेल, तर शेवटचा उपाय म्हणजे, आपली पाठ शक्यतोवर त्यांच्याकडे देऊ नये. गव्याच्या मस्तकातील अचाट ताकदीचा मान ठेवून शिकारी प्राणी त्याच्यावर समोरून हल्ला करत नसतो. आणि हे चार गवे पाठीला पाठ लावून उभे होते. इतर सर्वांसाठी ते दृश्य गव्यांचा कुठला तरी खेळ सुरू असेल, या अर्थाचं असलं तरी मला आणि माझ्या सहकाऱ्यांना वाघ जवळपास असल्याची खात्री पटली होती. वाघ आसपास होता आणि पाठ झाडाला लावण्याची स्थिती नव्हती म्हणून ते गवे एकमेकांच्या शरीरांची ढाल करून उभे होते. मुकं जंगल आयुष्याचे सोपे धडे कसं शिकवून जातं, त्याचं हे उदाहरण! यातून शिकावी समयसूचकता आणि धैर्य! संकटाच्या वेळी न गोंधळता स्वत:चा बचाव करण्यासाठी त्यांनी एकजूट केली होती. तशात डोळ्यांचे पाते लवते न लवते तोच उजव्या बाजूनं एक पिवळी पट्टेदार वाघीण जमिनीपासून दीड ते दोन मीटर उंचीवर हवेत दिसली आणि धाडदिशी गव्यांच्या तटबंदीवर आदळली. तपाला बसलेल्या ऋषीच्या मुद्रेतील गवे क्षणभर गडबडले... पण क्षणभरच. चारपैकी तीन गव्यांनी वाट मिळेल, तिकडे धूम ठोकली आणि ते जंगलात अदृश्य झाले. एक गवा वाघिणीच्या पंजात आला, परंतु थोड्या झटापटीनंतर वाघिणीची एकाग्रता भंग पावली आणि संधी मिळताच जखमी गवा जंगलात अदृश्य झाला. वाघीण शांतपणे तिचा डौल सांभाळत पुढच्या दिशेनं चालत गेली. तसं करताना, तिनं आपण मागच्या बाजूला उभ्या असलेल्या आमच्या गाडीची दखल घेतल्याचा जराही आभास होऊ दिला नाही. वाघिणीचं ते उमदं रूप आणि आब पाहून गाडीतील मंडळी स्तिमित झाली.

या प्रसंगातील थरारातून अजून बाहेर न आलेल्या आमचा पुढचा प्रवास सुरू झाला. हळूहळू गाडी पुढे सरकत होती. तशात रस्त्याच्या दोन्ही बाजूंना सुमारे पन्नास गवे जथ्थ्याजथ्थ्याने उभे दिसले. याच

कळपातून विखुरलेल्या, भरकटलेल्या गव्यांवर वाघिणीचा हल्ला झाला होता. वाघिणीच्या पाठलागापासून बचाव करताना पिल्लू एकटं सोडून त्याच्या आईला पळावं लागलं असावं. आडदांड आणि मजबूत अंगापिंडाच्या गव्यांचा कळप पार करून गाडी पुढे जात राहिली आणि वाघाचं दर्शन पुन्हा मिळेल या आशेनं त्याच रस्त्यानं उलटपावली फिरवली गेली. थोड्या अंतरानं रस्त्याच्या कडेला असलेल्या कपारीवर बसलेला वाघाचा एक छावा वनरक्षक पळसोदकर यांना दिसला. कपारीच्या रुंद दगडी भागावर समोरील दोन्ही पायांचा क्रॉस करून, त्यावर हनुवटी टेकवून छावा बसला होता. गाडी थांबली, खडखड झाली आणि सर्वांनी वाघाच्या छाव्याचं गोंडस रूप डोळ्यांत साठवून घेतलं. इतकं घडून गेलं तरी छाव्यानं त्याच्या मुद्रेत जराही बदल केला नाही. पिल्लू झालं तरी ते वाघाचं पिल्लू होतं! मजबूत पंजे, करारी नजर - बसल्या स्थितीतून ते जराही हललं नव्हतं. या बच्चूची एकाग्रता आश्चर्यचकित करणारी होती. पिल्लू इथे आहे, म्हणजे आई जवळपास असेलच, असा अंदाज बांधून कुणालाही गाडीखाली उतरू देण्यात आलं नाही. आणि काही क्षणांतच मनात उठलेल्या प्रश्नांची उत्तरं मिळाली. जेथून गाडी आली होती, त्याच दिशेनं मघा दिसलेली वाघीण एक-एक पाऊल टाकत पुढे येत होती. वाघीण येत असल्याचं पाहून सर्व मंडळी चिडीचूप झाली. पिल्लापासून काही अंतरावर येऊन पोहोचलेली वाघीण गाडी आणि माणसांची चाहूल लागताच थबकली. शांतपणे उभी राहिली. काही गडबड नसल्याची खातरजमा करू लागली. पण रुबाब तोच होता. छाव्याला आई आल्याची चाहूल लागली. अंग झटकून ते देखणं बाळ जागीच उभं राहिलं आणि टुणकन उडी मारून आईजवळ पोहोचलंसुद्धा.

गाडीतील माणसं आपल्याकडे पाहत असल्याची जाणीव असूनही वाघिणीनं आधी पिल्लाचं तोंड आणि अंग चाटलं. या आगंतुकांनी तुला त्रास तर नाही ना दिला? असंच जणू ती त्याला विचारत होती. तिच्या बाळानं तिला तसं काही झालं नसल्याची खात्री देताच तिनं पिल्लास पुढे केलं आणि त्याच्या मागे-मागे संरक्षक भिंत बनून ती चालू लागली. आई आणि तिचा बच्चू बघता-बघता जंगलात दिसेनासे झाले. जंगलात एकाच दिवशी इतक्या दुर्मिळ घटनांचे साक्षीदार होण्याचं भाग्य आम्हास लाभलं होतं. छाव्यानं दाखवलेल्या स्थितप्रज्ञतेतून वेगळीच ज्ञानप्राप्ती

झाली होती. शिकारीला गेलेल्या आईने छाव्यास, आपण परत येईपर्यंत या जागेवरून हलायचे नाही, अशी सूचना दिली असावी. गव्यांच्या शिकारीचा प्रयत्न अयशस्वी ठरल्यावर पिल्लाची वास्तपुस्त करायला ती परत आली असावी. पिल्लू मात्र आज्ञाधारकपणे, न डगमगता आईच्या सूचनेचं तंतोतंत पालन करत ती येईपर्यंत जागचं हललं नव्हतं. जंगलातील प्रत्येक घटनेत मानवासाठी काही ना काही शिकवण दडलेली असते, ती अशी!

आता सूर्यास्ताचे संकेत मिळू लागले होते. घनदाट जंगलात तसंही अंधाराचं सावट लवकर पसरू लागतं. आल्या रस्त्यानं परतीचा प्रवास सुरू झाला. परत जाताना गव्यांचा कळप दृष्टीस पडला नाही, परंतु थोड्याच अंतरावर गव्याचं तेच एकटं पिल्लू मात्र दिसलं. ज्या रस्त्यानं वाघीण आली, गव्याचे पिल्लूसुद्धा त्याच रस्त्यावर होते, पण असे दिसत होते की, एकट्या पिल्लाची शिकार करण्याचं धैर्य वाघिणीच्या मातृहृदयास झालं नसावं आणि तिनं गव्याच्या पिल्लास जीवदान दिलं असावं.

जंगलाच्या एकाच फेरीत सर्वांना अनुभव मिळाला, तो समयसूचकता, धैर्य, शौर्य, आज्ञाधारकता आणि वात्सल्याचा! आणि हा धडा देणारी कोण होती, ते विचारल्यास उत्तर येईल - जंगली श्वापदं!

◆

वाघोबांची मर्जी

जंगलातल्या नैसर्गिक अधिवासात वाघ दृष्टीस येणे, हा खरा दुर्मिळ क्षण. तो कधी ना कधी अनेकांच्या वाट्यास येतो. परंतु 'वाघ दिसला डोळ्यांचे पारणे फिटले' इथवर अनुभवाचा परीघ मर्यादित असून चालत नाही. वाघाच्या त्या क्षणातल्या असण्याचा व्यापक अर्थदेखील आपल्याला लावता आला, तर ते दिसणं सर्वार्थानं सार्थकी लागतं...

वाघांची गणना पंजांच्या ठशांवरून करण्याची पद्धत ओडिशा येथील ज्येष्ठ वनाधिकारी एस. आर. चौधरी ह्यांनी विकसित केली होती. त्यानंतर ही पद्धत वाघांच्या प्रत्यक्ष प्रगणनेकरिता वापरण्यात आली. १९८० ते २०१० अशी सुमारे तीस वर्षं ह्या पद्धतीनं भारतात वाघांची संख्या मोजली जात होती.

मेळघाटच्या दक्षिण कटिबंधीय शुष्क पर्णगळीच्या जंगलात वन्य प्राण्यांच्या सगरी, जंगलातील पायवाटा, मातीचे कच्चे रस्ते ह्यांचा वापर इतर प्राण्यांप्रमाणेच वाघसुद्धा करत असतो. वाघ निशाचर प्राणी असल्यामुळे त्याचा वावर बहुधा रात्रीचाच असतो. त्यामुळे भल्या पहाटे जंगलातील वन्यप्राण्यांच्या सगरी, पाऊलवाटा इत्यादींची पाहणी केल्यास विविध प्राण्यांच्या पाऊलखुणांसह वाघाच्या पंजांचे ठसेसुद्धा दिसून येतात. रस्त्यावर धूळ, बारीक माती किंवा रेतीचा थर असल्यास पंजांचे ठसे ठळकपणे नजरेस पडतात. उन्हाळ्याच्या दिवसांत रस्त्यांवर नैसर्गिकरीत्या धुळीचा थर पसरलेला असतो. याच कारणांमुळे या कालावधीत वाघाच्या पंजांच्या ठशांच्या आधारे त्यांची प्रगणना करण्याची प्रक्रिया राबवली जाते. भल्या पहाटे रस्त्यांवर गुरं-ढोरं अथवा मानवी रहदारी सुरू झालेली नसते, त्यामुळे रात्रीच्या काळात उमटलेले ठसे पहाटेच्या वेळी दिसण्याची शक्यता अधिक असते. सकाळच्या उन्हाची तिरीप पडल्यानंतर पंजांच्या ठशांमधील उंचसखल भाग आणि इतर बारकावे अधिक स्पष्ट दिसतात. त्यामुळे संभाव्य क्षेत्रातील पाऊलवाटांची पाहणी करण्याची सकाळी साडेसहा ते दहा वाजेपर्यंतची वेळ सर्वांत योग्य असते. वाघाच्या पंजांचे ठसे दिसल्यास पंजांच्या दोन लागोपाठ ठशांमधील सरासरी अंतराची नोंद केली जाते. ह्यास स्ट्राईड Stride असं संबोधलं जातं. त्यावरून वाघोबाच्या आकारमानाचा अंदाज येतो.

त्यानंतर डाव्या पंजाच्या ठशांपैकी जो सर्वांत जास्त ठळक व स्पष्ट दिसत असेल त्याची निवड करून त्यावर अलगद काचेची फ्रेम ठेवून पंजाच्या आकृतीचं रेखांकन करण्यात येतं. रेखांकन योग्य प्रकारे

झाल्यानंतर प्लॅस्टर ऑफ पॅरिसचा वापर करून त्या पंज्याच्या ठशाची प्रतिकृती तयार केली जाते. वाघाच्या पंजाच्या ठशाचं ट्रेसपेपरवरील रेखांकन व प्लॅस्टर ऑफ पॅरिसच्या प्रतिकृतीची तुलना क्षेत्रातील इतर ठशांच्या आकृती व प्रतिकृतींशी करून वाघांची ओळख निश्चित केली जाते. त्यावरून क्षेत्रातील त्यांच्या संख्येचा अंदाज बांधला जातो. अशाच एका प्रगणनेप्रसंगी आम्ही एक अविस्मरणीय थरार अनुभवला. मेळघाट व्याघ्र प्रकल्पाच्या सेमाडोह परिक्षेत्रात वरील पद्धतीनुसार व्याघ्र गणनेच्या कार्याच्या नियंत्रणाचं काम माझ्याकडे दिलं गेलं होतं. प्रगणनेच्या पहिल्याच दिवशी सकाळी सातच्या सुमारास आम्ही कुवापाटी ते चड्डूपाटी रस्त्यानं निघालो होतो. त्या वेळी चड्डूपाटी रस्ता जोडावर चमारउधडाच्या दिशेनं जाणारे तथा परतीचे वाघाच्या पंज्यांचे ठसे आढळले. सोबत वनरक्षक व्ही.एस. निकम होते. त्यांनी पंजांच्या ठशांचं रेखांकन व प्लॅस्टर ऑफ पॅरिसच्या प्रतिकृती तयार केल्या. विभागात रुजू झाल्यापासून निकम सेमाडोह व्याघ्र प्रकल्पातच कार्यरत होते. या कार्यात त्यांचा हातखंडा होता. काम आटोपून आम्ही उर्वरित क्षेत्रही पिंजून काढलं. वाघाच्या पंजांचे तेच ठसे चड्डूपाटी जोड ते चमारउधडा पाणवठा असे सुमारे तीन कि.मी.जाणाऱ्या आणि येणाऱ्या अशा उभय मार्गावर होते.

येथे वाघ दिसण्याची शक्यता हेरत दुसऱ्या दिवशी उजाडण्यापूर्वीच वाघोबांना गाठायचा बेत आम्ही आखला. सकाळी सहाच्या आधीच चड्डूपाटी जोडावर आम्ही हजर झालो. पाहतो तो काय, कालप्रमाणे आजही दोन्ही बाजूंनी जाण्याच्या व येण्याच्या पाऊलखुणा स्पष्ट दिसत होत्या. आमचा अंदाज चुकला होता. पुन्हा एकदा रेखांकन आणि प्रतिकृती तयार करण्याचा सोपस्कार आम्ही पार पाडला.

आता आम्हीसुद्धा इरेस पेटलो होतो. त्यामुळे दुसऱ्या दिवशी पहाटे चार वाजताच चड्डूपाटी येथे पोहोचण्याचा दृढसंकल्प केला, पण सकाळी घात झाला. जीपचालक कुठल्या कारणानं वेळेवर पोहोचू शकले नाही. आज ह्यांची फजिती होणार, असं रोज पंज्याच्या खुणा दाखवणाऱ्या वाघोबास वाटलं असणार; पण आमचा निर्धार लेचापेचा नव्हता. सोबत वनरक्षक निकमांना घेऊन मी स्वत: गाडीच्या स्टिअरिंगचा ताबा घेतला आणि बरोब्बर चार वाजेला चड्डूपाटी जोडावर गाडी उभी केली. आज आमच्या अपेक्षेप्रमाणे घडलं होतं. आज वाघाचे पंजे केवळ जाणाऱ्या दिशेलाच उमटले होते. म्हणजेच

स्वारी अजून परत आली नव्हती. गाडीत बसल्या जागी आम्ही डोळ्यांत तेल घालून वाघोबांची वाट पाहत नि:शब्द बसलो. पूर्वेकडे फटफटू लागले, पक्ष्यांचा किलबिलाट सुरू झाला, दिवस उजाडू लागला. आमची हुशारी वाया गेली होती. तो परत आलाच नव्हता. आमच्या आशेवर पाणी फेरलं गेलं होतं. पण इतक्यात हार मानेल असे आमचे जंगलवेड अर्धकच्चे नव्हते. पूर्ण उजाडल्यावर आम्ही पुन्हा कामी लागलो. त्याच तीन कि.मी. रस्त्यावर जिप्सी गाडी पुन्हा हळूहळू पुढे रेटली. संपूर्ण रस्ता आम्ही पार केला. पण, वाघाच्या पंजांचे ठसे केवळ एकाच दिशेनं गेल्याचं आढळलं. पुढे ठसे अदृश्य झाले तसे आम्ही गाडी एका जागी उभी केली आणि पायी चालत निरीक्षण सुरू केलं. तेवढा परिसर पायीच पिंजून काढला.

वाघ तर दिसला नाही, पण त्यानं शिकार केलेल्या भारी-भक्कम गव्याचा अर्धवट फस्त झालेला निर्जीव देह आम्हाला दिसला. याचा अर्थ असा होता की मारलेल्या गव्यावर रात्रीच्या वेळी ताव मारण्यास वाघ येथे येत असावा आणि पोट भरून ढेकर आला की चड्डूपाटीच्या जंगलातील कपारीमध्ये दिवसाच्या विसाव्यासाठी परत जात असावा. निराश मनानं आम्ही परतीची वाट धरली. वाटेत दोन ठिकाणी रेखांकन आणि प्लॅस्टर कास्ट केले. थोडे पुढे गेलो तर आम्हास अधिक स्पष्ट असा ठसा आढळला. पुन्हा गाडी थांबवली. गाडीतून दोघेही उतरलो. सुस्पष्ट ठशाच्या शोधात अंदाजे वीस मीटर मागे चालत गेलो. सोबत रेखांकन व प्लॅस्टर कास्टचं साहित्य होतंच. निकमांच्या सोबतीनं खाली जमिनीवर बसून ठशाचं रेखांकन व प्लॅस्टर कास्ट करणं सुरूच होतं.

आणि अचानक मला पाठीमागे आगळी चाहूल जाणवली. मी मागे वळून पाहिलं. काहीच दिसलं नाही. भास झाला असावा, अशी मनातल्या मनात स्वत:ची समजूत घातली. परत कामाला लागलो. परत एकदा तसाच भास झाला. बसल्या, बसल्याच मागे वळून पाहतो तो काय... ज्या दिशेनं आम्ही वाघाचा शोध घेऊन परत आलो होतो, त्याच दिशेनं आणि त्याच रस्त्यावर तो साक्षात उभा ठाकला होता. आम्ही दोघेही स्तब्ध झालो. ज्याच्या शोधात तीन दिवस जंगल तुडवत होतो, तो प्रत्यक्ष समोर येऊन उभा राहिला, तेव्हा आमची अवस्था 'काटो तो खून नही' अशी झाली होती...

...काही क्षण राजे स्तब्ध उभे होते. धुळकट रस्त्याच्या मधोमध जमिनीवर बसलेले आम्ही दोघे, आमच्या एका बाजूला वीस मीटर

अंतरावर आमची जिप्सी आणि विरुद्ध बाजूला तेवढ्याच अंतरावर मूर्तिमंत रुबाब! अशा स्थितीत काय करायचं त्याचं, आम्हा दोघांनाही चांगलं ज्ञान होतं पण 'युद्धाचा अभ्यास' आणि 'प्रत्यक्ष युद्ध' असा परिस्थितीत फरक होता. हालचाल न करता असल्या स्थितीत बसून राहणं शहाणपणाचं होतं. आम्ही तसंच केलं. काही क्षणानंतर वाघोबा हलले, पण रस्त्याने सरळ आमच्या दिशेनं न येता ते रस्ता सोडून दहा ते पंधरा मीटर बाजूला झाले आणि तेवढं अंतर राखत रस्त्याच्या समांतर आमच्या दिशेनं चालू लागले. आता वाघोबा, आम्ही आणि आमची गाडी ह्यांची स्थिती त्रिकोणाच्या तीन टोकांवर असल्यासारखी झाली होती. समान अंतरावरून वाघ एक नजर आमच्याकडे आणि एक आमच्या गाडीकडे टाकत होता. काही क्षणांचाच हा थरार होता, पण त्या वेळी अनेक युगांचे अंतर वाटले होते. सकाळची सूर्यकिरणे वाघाच्या चेहऱ्यावर पडली होती आणि वाघाच्या जिवणीचा लाल गुलाबी भाग स्पष्ट दिसत होता.

आम्ही पूर्णतः वाघाच्या स्वाधीन होतो, कोवळ्या उन्हातील त्याच्या राजबिंड्या रूपाने संमोहित अवस्थेत गेलो होतो. त्या वेळी परिस्थितीवर पूर्ण नियंत्रण वाघाचं होतं. आमचं काय करायचं, हे त्यालाच ठरवायचं होतं. असं असूनसुद्धा दिलेर स्वभावानुसार त्यानं आमच्या दिशेनं येण्याचा विचार सोडून दिला आणि विरुद्ध दिशेनं कूच करण्याचं ठरवलं. रुबाबदार चालीत तसूभराचाही फरक न करता त्यानं क्षणभर 'पिछे मूड' केलं आणि शांतपणे तो आमच्यापासून दूर गेला.

त्याच्या आवाक्याच्या बाहेर आल्यामुळे एकीकडे मनात सुटकेचा भाव होता, तर दुसरे मन 'ये दिल मांगे मोअर' म्हणत होतं. सुरक्षित अंतरावर वाघ गेल्यानंतर निकमांच्या तोंडून सहजच शब्द बाहेर पडले "सर, आज मला कळलं की, वाघ स्वतःहून माणसावर हल्ला करत नसतो." निकमांचं हे वाक्य नेहमीकरीता मनावर कोरलं गेलं. तीन दिवसांपासून तो रानगव्यावर ताव मारत असल्यामुळे असेल कदाचित, आम्ही त्याच्या 'कॉस्ट बेनिफिट रेशो'त बसलो नव्हतो. म्हणजेच, पोट भरलं असूनही शिकार करण्याची मानवी लालसा त्याच्यात नव्हती. सकाळच्या सूर्यकिरणांच्या तांबूस-पिवळ्या प्रकाशात, अत्यंत जवळून, जमिनीवर बसून घडलेलं ते राजबिंडं नि उदार दर्शन सर्वार्थानं अविस्मरणीय ठरलं. आजही ते दृश्य मनात ताजेतवाने आहे...

◆

डरकाळीचा थरार

वन्यप्राणी प्रगणनेच्या प्रयोगात आणल्या जाणाऱ्या पद्धतींपैकी 'भूखंड प्रगणना' (Block Count) ही एक मान्यताप्राप्त पद्धत आहे. एक भूखंड निवडायचा, त्यातील प्रत्यक्ष दिसणाऱ्या सर्व प्राण्यांची नोंद करायची. प्राण्यांची स्थळनिहाय संख्या, आकारमान (मोठे/मध्यम/लहान) व लिंग यांच्या आधारे नोंदीतून मिळालेल्या माहितीचं विश्लेषण करायचं. अशा विश्लेषणानंतर भूखंडांच्या क्षेत्रात प्रजातीवार प्राण्यांची संख्या निश्चित करण्यात येते. अशा पद्धतीने प्रति चौरस कि.मी. सरासरी प्राणी संख्येचा अंदाज बांधला जातो. हिवाळ्याच्या दिवसात चारा-पाण्याची उपलब्धता सर्वत्र असल्यामुळे बहुतांश वन्यप्राणी जंगलात समप्रमाणात विखुरलेले असतात. त्यामुळे भूखंड पद्धतीची प्रगणना हिवाळ्यात आयोजित केली जाते. या प्रगणनेच्या कार्याची पूर्ण जबाबदारी मेळघाट व्याघ्र प्रकल्पातील संशोधन अधिकारी या नात्यानं माझ्यावर होती.

१९९२ मध्ये रायपूरच्या जंगलातील भुखंडात प्रगणना करण्यासाठी मी तेथील वन विश्रामगृहात पोहोचलो. नियोजित भूखंड रायपूरपासून आठ कि.मी. अंतरावरील चुनखडी गावाकडे तलईच्या जंगलातून जाणाऱ्या रस्त्यावर होता. दुसऱ्या दिवशी सूर्य उजाडताच प्रगणना सुरू करायची म्हणून दुपारनंतरच भूखंडाजवळ जाऊन अंदाजे एक कि.मी. अंतरावर रात्री मुक्काम करण्याचं ठरलं. मी, वनपाल, वनरक्षक बेलसरेंसह चार वनरक्षक व पाच श्रमिक असा अकरा लोकांचा चमू मुक्कामाच्या साहित्यासह जीपनं निघालो. तलईपर्यंत (पाच कि.मी.) जीप पोहोचू शकली. पुढचे तीन कि.मी. पायीच कूच केली. रस्त्यानं जाताना खूप घाण वास यायला लागला. आम्ही दुर्गंधीचा स्रोत शोधून काढला. रस्त्यापासून काही अंतरावर खोलगट भागात एका नर गव्याचा मृतदेह पडलेला होता. गव्याच्या पुठ्ठ्याचा भाग नदारद होता. मानेवर सुळ्यांनी केलेली छिद्रं दिसत होती व त्यातून रक्तस्राव होऊन रक्त गोठल्याचं दिसत होतं. निरीक्षण केल्यावर ही वाघानं केलेली शिकार आहे हे सहज लक्षात आलं. शिकार दोन दिवसांपूर्वीची असावी. आमचं नियोजित मुक्कामाचं ठिकाण तिथून दीड कि.मी. अंतरावर होतं. वाघ शिकारीवर परत येणार हे निश्चित होतं व प्रत्यक्ष व्याघ्रदर्शनाची संधी होती, परंतु अंधारून येण्यापूर्वी मुक्कामाचं ठिकाण गाठणं आवश्यक असल्यामुळे

आम्ही मन घट्ट करून पुढे निघालो.

पुढे जात असता रस्त्याच्या कडेला दूरवर असलेल्या टेकडीवरून वाघाची डरकाळी कानी पडली. काही क्षणांनंतर पुन्हा आवाज आला. वनरक्षक बेलसरे म्हणाले, "सर, शेर शिकार पर वापीस आयेगा. आपुन ऐसा करते, सामान मुकाम पे रखकर शेर देखने के लिये वापस आते." वेगानं चालत उर्वरित अंतर कापून आम्ही मुक्कामाच्या जागी पोहोचलो. लहानशा नाल्यानजीक एक सपाट मोकळी जागा मुक्कामासाठी निवडली. साफसफाई इत्यादी व्यवस्था करण्याच्या सूचना देऊन आम्ही पाच लोक वाघानं केलेल्या शिकारीजवळ परत जाण्यासाठी निघालो. डोंगरावरून त्याच दिशेनं पुढे जाणाऱ्या वाघाचा आवाज सतत कानी पडत होता. शिकारीच्या स्थळापासून ४०-५० मीटर अंतरावर आम्ही थांबलो. मृत गवा गवतामुळे दिसून येत नव्हता. परंतु वाघ गव्यापाशी आला की, रस्त्यावर नक्की येईल अशी आम्हाला खात्री होती. आता सूर्यप्रकाश कमी होऊ लागला होता. कुठलीही हालचाल नजरेस येत नव्हती. तशात अचानक तब्बल दोन वाघ रस्त्यावर प्रकट झाले! आमच्यापासूनचं अंतर केवळ तीस फुटांचं! त्यांच्या नजरेनं आम्हाला हेरलं होतं. त्यांनी निरखून आमच्याकडे पाहिलं. आम्ही दगडासारखे निश्चल बसलो होतो, वाघसुद्धा सूतभर हलले नव्हते. काही क्षणांनंतर आमच्यातील एक कुजबुजला, 'घास इकठ्ठा करो, जरुरत पडी तो अंगार लगायेंगे.' असं म्हणत त्यानं काड्यांची पेटी काढण्यासाठी हालचाल केली. तेवढंच निमित्त झालं आणि दोन्ही वाघ आल्यापावली परतून उंच गवतात दिसेनासे झाले. ऐन वेळेवर हालचाल करणाऱ्याचा मला रागच आला होता.

वाघ डोळ्यांना तर दिसले, पण मन अतृप्त राहिले होते. आम्ही मुक्कामाच्या ठिकाणी परतलो. अर्ध्या तासानंतर रस्त्यावर एका वाहनाची चाहूल लागली. क्षेत्र संचालक ठोसरे साहेब जिप्सीतून उतरले. ते रायपूरला गेले असता, आमचा चमू या जंगलात मुक्कामाला आहे, अशी माहिती त्यांना मिळाली होती. खराब रस्ता असूनही जिप्सी गाडी असल्यामुळे ते सहज येऊ शकले होते. त्यांना नुकत्याच झालेल्या व्याघ्रदर्शनाची माहिती दिली. साहेब म्हणाले, "दीड वर्ष उलटून गेलं पण अद्याप मला तुम्ही वाघ दाखवला नाही. चला, आज तरी दाखवा."

वाघ दिसण्याची शक्यता जवळ-जवळ नव्हतीच हे मला माहीत होतं तरीही साहेबांसमोर अवसान आणत मी म्हटलं, "ठीक आहे,चला." साहेब, मी आणि वाहन चालक हसन असे तिघे जिप्सीनं परत त्या ठिकाणी पोहोचलो. अंधारात जिप्सी बंद करून आम्ही शांतपणे बसून होतो. अर्धा तास आम्हाला धीर धरवला आणि नंतर भूकसुद्धा जोर मारू लागली. आम्ही परतण्याचा निर्णय घेतला. साहेब हसत म्हणाले, "तुम्ही मला वाघ दाखवणार नाहीच, अस दिसतंय!" त्यावर मी म्हणालो, "सर, खिचडी तयार असेल. आपण जेवण करून पुन्हा एकदा प्रयत्न करू." साहेबांनी त्वरित होकार दिला.

संध्याकाळचं जेवण लगेच करून आम्ही पुन्हा 'मौक्या'वर आलो. शिकारीपासून पन्नास मीटर अंतरावर जिप्सी उभी केली. दहा मिनिटांनंतर इंजिन सुरू न करता गाडी हळूहळू उतारावर पुढे वीस मीटर ढळू दिली. परत सर्व जण स्तब्ध होऊन बसलो. थोड्याच वेळात काळोखात काही तरी हालचाल जाणवली. साहेबांनी गाडीचा हेडलाइट ऑन केला. मिट्ट अंधारात गुडूप झालेलं जंगल प्रकाशात न्हाऊन निघालं. तो होता! वाघच होता! दबक्या चालीनं आमच्या दिशेनं त्याची आगेकूच सुरू होती. हेडलाइटच्या प्रखर प्रकाशात दिपलेले डोळे अर्धवट बारीक करून त्याची दबकत चाल सुरूच होती. आता गाडी आणि वाघातील अंतर केवळ दहा मीटरचं उरलं होतं. बंद जिप्सीमुळे आम्ही सुरक्षित होतो. तरी साहेब सहज कुजबुजले, "जवळ आल्यावर काही गडबड तर नाही ना होणार?" हा वाघ अस्सल पुणेरी असावा. इतकी बारीक कुजबूज त्याला कळली. क्षणार्धात तो अंधारात दिसेनासा झाला. साहेबांना दीड वर्षाच्या दीर्घ प्रतीक्षेनंतर वाघ दाखवू शकलो, या समाधानात मुक्कामाच्या ठिकाणी परतलो.

भल्या पहाटे पूर्ण टीम प्रगणनेकरिता सज्ज झाली. प्रगणनेच्या वेळी फारसे प्राणी दिसले नाहीत. प्रगणनेनंतर पुन्हा मुक्कामाच्या ठिकाणी आम्ही एकत्र झालो. आता सगळ्या सामानासह जीपपर्यंत तीन कि.मी. परतीची पायी वरात काढायची होती. काल ज्या ठिकाणी दोन वेळा व्याघ्रदर्शनाचा योग साधला होता, परतीचा रस्ता तेथूनच जाणार होता. ज्या वेळी त्या स्थळाजवळ पोहोचलो, त्या वेळी मला राहवलं नाही आणि आता रानगवा किती उरला आहे ते पाहण्यासाठी आम्ही पाच

जण पुढे सरसावलो. एकामागे एक रांगेत आम्ही वरच्या बाजूनं हळूहळू पुढे गेलो. सकाळी अकराचा सुमार होता त्यामुळे वाघ शिकारीजळ असण्याची शक्यता नव्हती. तरीही खबरदारीनं शिकारीच्या स्थळाकडे लक्ष केंद्रित करून आम्ही चालत राहिलो. गवताची उंची आमच्यापेक्षा अधिक असल्यामुळे पुढचं काहीच दिसत नव्हतं. सलामीला मी, नंतर वनरक्षक बेलसरे आणि त्यांच्या मागे अजून तिघे. सर्व काही आलबेल होतं. आणि ती आसमंत कापत जाणारी वाघाची डरकाळी कानावर पडली. अगदी जवळून. वाघ जणू काही आमच्या कानापाशी उभा असावा. जिवाचा थरकाप उडाला. बेलसरे जोरात ओरडले, 'कोई मत भागना.' सर्वांत पुढे मी होतो. त्यामुळे मी धावण्याचा प्रयत्नही केला नाही. त्या तणावाच्या क्षणात आपसूकच बेलसरेंनी माझा हात घट्ट धरून ठेवला होता. काही क्षणांतच उमजलं की वाघाचा हा लुटूपुटूचा हल्ला (Mock Charge) होता.

प्रत्यक्ष वाघ दिसलाच नव्हता. जरासे सैल झालो आणि मागे वळून पाहिले तेव्हा लक्षात आले की 'शोले'तील जेलरच्या 'बाकी मेरे पिछे आव'प्रमाणे मागे कुणीच नव्हते. मी व बेलसरे असे दोघेच वाघाच्या डरकाळीसमोर टिकलो होतो. पाठ न फिरवता एक, एक पाऊल मागे घेत आम्ही रस्त्यावर आलो. झालेला प्रकार रोमांचकारी होता. हिवाळ्याच्या थंड वातावरणातही घामानं आमचे कपडे ओले चिंब झाल्याचं थोड्या वेळानं लक्षात आलं.

झाल्या प्रकारानं बसलेल्या धक्क्यातून अद्याप पूर्णत: बाहेर आलो नव्हतो. काल इथे दोन वाघ दिसले होते तरी आताची डरकाळी मात्र एकाच वाघाची होती. पुन्हा आमची खाज उमळली. ''कहा है रे दुसरा फौजी?'' लगेच प्रश्न पडला. बेलसरेंनी माहिती दिली की तेथून सुमारे २०-३० मीटरवर रस्त्याच्या दुसऱ्या बाजूला पाणवठा आहे, तिथे वाघ असू शकतो. मी म्हटलं, ''चलो, देखते है.'' जंगलाचं वेड हे असंच असतं. ही नशा धोका पत्करायला भाग पाडते. जिवावर बेतणाऱ्या प्रसंगात सापडलो की तेवढ्यापुरती सटारते आणि पुन्हा तशा परिस्थितीतील रोमांच अनुभवण्यास जीव आसुसतो. डरकाळीच्या वेळी फुटलेला घाम जिरायचाच होता की आम्ही दुसऱ्या वाघोबांचा नाद धरण्याचं ठरवलं. पाणवठ्यावर जाणाऱ्या सगरीवर वाघाच्या पंजाचे भरपूर ठसे होते.

पाणवठ्याच्या जवळ पोहोचल्यावर तिथे ओल्या पंजांचे ठसे आणि नुकतंच निथळलेलं पाणी जमिनीवर दिसून आलं. दुसरा वाघ नुकताच पाणवठ्यातून बाहेर येऊन दिसेनासा झाला होता. याचा अर्थ रात्री दिसलेल्या वाघांपैकी डरकाळी फोडणारा एक उर्वरित शिकारीवर ताव मारत होता आणि दुसरा पाणवठ्यात बसून टब बाथचा आनंद घेत होता.

जंगलात वावरताना प्रत्येक वेळी सतर्क राहण्याची शिकवण या प्रसंगावरून मिळाली. आणि ही शिकवण केवळ जंगलापुरती मर्यादित नव्हती. खरं पाहता, सतर्क राहण्याची गरज मानवी जंगलात अधिक असते.

◆

जिवाची पर्वा

निसर्ग प्रत्येक प्राण्यामध्ये उपजत ज्ञान पेरतो. हे ज्ञान अर्थातच अस्तित्वाशी निगडित असतं, यात वाघासारखा प्राणी अकल्पित असं शहाणपण दाखवतो. जंगलचा राजा असला म्हणून तो नसता माज करत नाही की, फुकाचा धोकाही पत्करत नाही..

विदर्भातील मे महिना म्हणजे, वैशाख वणवा. मेळघाटातील जंगलात हा काळ वणव्याचा म्हणजेच आगीच्या हंगामाचा. आगीपासून जंगलाचं संरक्षण व्हावं, या हेतूनं दिवसभर गस्त घालून मी नुकताच सेमाडोह पर्यटन संकुलातील निरीक्षण कुटीच्या व्हरांड्यात विसावलो होतो, तोच एका वनरक्षकासोबत एक अनोळखी इसम हजर झाला. त्याच्या अवतारावरून हा मेळघाटातील गवळी समाजाचा गुराखी असावा, हे सहजच ध्यानात येत होतं. त्याच्या चेहऱ्यावरील घबराटीवरून काही तरी अनुचित घडलं असल्याचं जाणवलं. त्याला विचारलं, "काय झालं?" विनाविलंब तो बोलला, "साहेब, माझी म्हैस वाघाने मारली."

मेळघाटातील गवळी समाज तसा परंपरेनं जगणारा, गुरे चराईच्या प्रमुख रोजगारावर विसंबून असलेला. असं असलं तरी आपली गाय, म्हैस शिकारी प्राण्याकडून संरक्षित जंगलात मारली गेल्यास, त्याची नुकसान भरपाई वन-विभागाकडून मिळते, इतकं ज्ञान त्यांना एव्हाना नक्कीच झालं आहे. तशी माहिती मिळाल्यास वन-विभागाचे अधिकारी घटनास्थळी जाऊन खातरजमा करतात, पंचनामा करतात आणि आवश्यक तो अहवाल तयार करतात ज्याच्या आधारे संबंधित व्यक्तीस नुकसान भरपाई मंजूर होते. थोडक्यात, वाघोबाच्या अनैसर्गिक पर्यायी खाद्याचा खर्च सरकार उचलतं. सुडाच्या भावनेतून वाघावर विषप्रयोग करून त्यास ठार मारण्याच्या प्रवृत्तीवर अंकुश ठेवण्यासाठीचा हा सरकारी प्रयत्न असतो. पण त्यासाठी घटना घडल्यापासून अठ्ठेचाळीस तासांच्या आत वन-अधिकाऱ्याकडे तक्रार दाखल करणं अनिवार्य असतं, त्यात उशीर झाला, तर सरकारऐवजी त्या पाळीव प्राण्याच्या मालकाला, हा भुर्दंड सोसावा लागतो.

"नाव काय रे तुझं?" मी. उत्तर आले, "तुकड्या गवळी." नंतर तुकड्यानं सांगितलं सेमाडोह-धारणी रस्त्यावर सेमाडोहपासून दोन कि.मी. अंतरावर ही घटना घडली असून, रस्त्याच्या बाजूला असलेल्या सागवानाच्या

प्लॅन्टेशनमध्ये म्हैस मृत पडली आहे. तुकड्याच्या सूचनेनुसार स्थळ पंचनामा करणं तर भागच होतं, पण दिवसभराच्या थकव्यामुळे ते काम तातडीनं न करता थोड्या वेळानं करता आलं असतं. तेवढा वेळ हाताशी होता. पण मला व्याघ्रदर्शनाची संधी खुणावू लागली होती. पंचनाम्याकरिता कागद इत्यादी साहित्य घेऊन दोन ते तीन कर्मचारी लगेच तयार झाले. अनुभवी चालक अब्दुल कहार यांनी मिनी बस काढली. व्याघ्रदर्शनाला निघाले की, साहेबांना जय्यत तयारी लागते, हे कर्मचाऱ्यांना माहीत होतं. त्यानुसार त्यांनी पर्यटन संकुलातील आगारातून आवश्यक साहित्य जसे, नायलॉनच्या दोरीचा पाळणा (Hammock) सोबत घेतला. याशिवाय पाठीवरच्या सॅकमध्ये टॉर्च, दुर्बीण, पाण्याची बाटली व पार्ले-जी बिस्किटचा एक पुडा टाकला. वाघ जरी आमच्यासमोर मांसाहाराचा आनंद घेणार असला तरी आम्हाला मात्र बिस्किटाच्या पुड्यावरच समाधान मानावं लागणार होतं.

थोड्याच वेळात आम्ही सेमाडोह-धारणी मार्गावर होतो. दहा मिनिटांत मुख्य रस्ता सोडून कच्च्या रस्त्याकडे मिनीबस वळली आणि केवळ शंभर मीटर अंतरावर रस्त्याच्या मधोमध मरून पडलेली म्हैस दिसली. तिच्या मानेच्या वरच्या व खालच्या भागाला सुळ्यांनी केलेली दोन खोल भोकं स्पष्ट दिसत होती. रक्तस्राव थांबला होता. म्हैस आकारानं खात्या-पित्या घरची वाटत होती. जखमेवरील दोन दातांच्या व्रणांमधील अंतर आणि शिकारीचा भरभक्कम आकार यावरून हा पराक्रम वाघाचाच आहे हे स्पष्ट होतं. अतिरिक्त पुरावे म्हणून जमिनीवर वाघाच्या पंजांचे अस्पष्ट ठसे होते. म्हशीच्या अंगावर नखांच्या ओरखड्याशिवाय इतर कुठली जखम नव्हती. म्हशीचा मृतदेह अख्खा शाबूत होता. याचा अर्थ, वाघानं अद्याप पार्टी सुरू केली नव्हती.

तुकड्या म्हणाला, "मी गुरे राखणीवर होतो. अचानक गुरं बुजाडली आणि सैरावैरा पळू लागली. मीसुद्धा वाट मिळेल तसा पळत सुटलो. भीतीपोटी मागे वळून पाहिले नाही त्यामुळे मला वाघ प्रत्यक्ष दिसला नाही. तिथून निसटलेल्या गुरांमध्ये माझी एक म्हैस नव्हती, म्हणून मी थेट तुमच्याकडे सूचना द्यायला आलो." तुकड्याचं सांगणं तर्कसंगत वाटत होतं. आम्ही स्थळ-पंचनामा केला आणि त्याचं बयाण घेतलं.

दरम्यान माझं लक्ष मचाण बांधण्यासाठी योग्य झाड शोधण्याकडे

लागलं होतं. पंधरा ते वीस वर्षे वय असलेल्या उंचचउंच सागवानाच्या झाडांमध्ये फांद्यांचा घेर असलेलं एकही झाड नव्हतं. थोड्याच वेळात अंधारणार होतं. आमच्याकडे वेळ कमी होता. वाघ शिकारीवर येणार याची खात्री होती; पण धोक्याची थोडी जरी शंका आली, तरी वाघ शिकारीवर येत नसतो. जंगलातील सगळ्यात बलवान असूनही वाघ अजिबात जोखीम घेत नसतो. शिकार न खाता परत जाणे म्हणजे कमीपणा असा प्रतिष्ठेचा प्रश्न तो उभा करत नाही. सत्तेचा लहानसा भाग वाटेला आला आणि थोडी चलतीची हवा आली, की सामान्य माणसाला त्याचं प्रदर्शन केल्याशिवाय राहवत नाही. वकुबापेक्षा अधिकची जोखीम घेण्याची वृत्ती असलेल्या माणसास वाघापासून याविषयी शिकण्यासारखं आहे.

मेलेल्या म्हशीपासून सुमारे तीस मीटर अंतरावर ज्या बाजूनं वाघ येण्याची शक्यता होती तेथील तुलनेनं मोठ्या बुंध्याची दोन झाडं निवडून त्यावर आम्ही नायलॉनच्या दोरीचा पाळणा बांधला. पाळणा जामिनीपासून वीस फूट उंचीवर बांधण्यात आला. एकच पाळणा असल्यामुळे मी एकट्यानं थांबायचं असं ठरवलं. अंधारू लागलं होतं. इथली हालचाल लवकर संपविण्याची घाई होती. मिनी बस चालक आणि इतर कर्मचाऱ्यांना 'रात्री साडेनऊला मला घ्यायला या' असं सांगून पिटाळलं.

मिनी बस जाण्याच्या आवाजाच्या आधी माझं पाळण्यात स्थिरावणं आवश्यक होतं कारण, बस गेल्यानंतर इतर काही चाहूल लागल्यास वाघानं येणं टाळलं असतं. लगेच एका झाडाच्या आधाराने वर चढत पाळण्यात विसावलो. माझ्या भारानं मध्यम आकाराची गोलाई असलेली ती झाडे परस्परांकडे झुकली. आता त्या पाळण्याची झोळी झाली आणि तान्हुल्या बाळासारखा मी झोळीत अवघडलो. पाठीला बाक आला, हालचाल करण्याची सोय उरली नाही. पाठीवरच्या सॅकपर्यंत हात पुरवणं दुरापास्त झालं. झोळीचा आकार घेतलेला नायलॉनच्या दोरीचा पाळणा जमिनीपासून वीसवरून पंधरा फुटाच्या उंचीपर्यंत खाली घसरला होता. वाघासाठी मी केवळ एका छलांगीच्या अंतरावर होतो. पण आता परतीचे दोर कापले गेले होते. मदतीसाठी हाक मारणं म्हणजे अरण्यरुदन ठरलं असतं, कारण वाढत्या काळोखाशिवाय कुणीच सोबती नव्हता.

अर्धा तास निश्चेष्टावस्थेत पडून राहिल्यानंतर प्रथम हालचालीची चाहूल लागली! मी कानात जीव आणला. आवाज स्पष्ट होता; पण दिसत काहीच नव्हतं. मचाणापासून तीस मीटरवर स्वर्गवासी म्हशीच्या अंगावरील माश्यांच्या घोंगावण्याचा आवाज आणि तेवढ्याच अंतरावर दुसऱ्या बाजूला तो वैशिष्ट्यपूर्ण आवाज. मिट्ट अंधारात चांदण्यांचा मंद-निळा प्रकाश तेवढा पसरला होता. अंधारात सरावलेल्या डोळ्यांमुळे तेवढा प्रकाशही मनाला उभारी देत होता. पुढील अर्धा-पाऊण तास काहीच घडलं नाही. सुमारे सव्वाशे मीटर अंतरावरील सेमाडोह-धारणी मार्गावरून थोड्या अंतरानं येणाऱ्या-जाणाऱ्या वाहनांचा आवाजच तेवढी शांतता भंग करीत होता. एव्हाना पाळण्यात पडल्या-पडल्या दीड तास उलटून गेला होता. खाली होणाऱ्या हालचालींकडे मी लक्ष केंद्रित करून होतो. आता मला ऐकू येऊ लागलेले आवाज अधिक स्पष्ट होते. नक्कीच शिकारी प्राणी सावजाच्या दिशेनं पाऊल टाकत होता. इकडे भुकेनं माझा जीव व्याकूळ झाला होता. पोटात ओरडणाऱ्या कावळ्यांचे आवाज वाघोबाला ऐकू गेले, तर काय ...अशी कल्पना त्या परिस्थितीतही मला सुचून गेली आणि हसू आलं. चांदण्याच्या छताखाली एका कडेवर पालथ्या अवस्थेत, जमेल तितकं निरीक्षण मी करत होतो. आणि तो क्षण आला. एका कडावरच्या दोन तासांच्या हठयोगावर वाघोबा प्रसन्न झाले होते. चांदण्याच्या सौम्य निळ्या प्रकाशात एक नव्हे, दोन नव्हे तर सोबतचा एक छावा धरून एकूण तीन वाघोबांचं दर्शन झालं. अद्‌भुत नजारा होता! मेळघाटाच्या किर्र जंगलात, भयाण शांततेत, घनघोर काळोखात प्रचंड जोखीम घेऊन केलेला वेडेपणा सार्थकी लागला होता. दोन वाघ आणि त्यांच्या पायात घुटमळणारं बछडं निळसर चांदण्यात अंगावर आगळाच रंग ल्यायल्यासारखे भासत होते. एक पेंटिंग जणू डोळ्यासमोर साकारलं होतं. त्याचं सौंदर्य अवर्णनीय! पेंटिंगचा फिल कधी येऊ शकणार नव्हता. दृश्य जिवंत होतं आणि पाहणारा एकमेव दर्दी मी बेहोशीत होतो! तिमिर चित्रासारखेच (Silhoutte) एक अद्‌भुत दृश्य मी अनुभवले होते.

बेहोशी उतरायला वेळ लागला नाही, कारण दोन्ही वाघ माझ्या मचाणाच्या बरोब्बर खाली येऊन उभे राहिले होते. छावा आपला त्या दोघांच्या पायात घुटमळत होता. इतक्या काळोखातही 'रात्र झाली,

झोपी जा' अशी कटकट त्याला कुणी करत नव्हतं. मी निपचित पडलो होतो, हे सांगण्याची गरज भासू नये कारण मी तेव्हा हललो असतो तर ही कथा तुमच्यापुढे आलीच नसती. दोन्ही सिनिअर्सना माझा गंध जाणवला असावा. त्यांनी आजूबाजूला वेध घेतला,पण वर नजर फेकली नाही कारण त्यांची नजर म्हशीवर होती. काही क्षणात पूर्ण कुटुंबानं मोर्चा म्हशीकडे वळवला. वाघ सहसा आधी केलेली शिकार पूर्णतः संपवतो आणि नंतरच दुसऱ्या शिकारीच्या प्रयत्नास लागतो. वाघोबांनी माझ्याकडे दुर्लक्ष करण्याचं हेसुद्धा एक कारण असू शकतं. आता ते माझ्या नजरेआड झाले होते.

काही क्षणांत म्हशीचा फडशा पडण्यास सुरुवात झाली. आता मला सगळं ऑडिओच्या रूपात जाणवत होतं. ऐकू येणाऱ्या आवाजावरून मी सगळे अंदाज बांधत होतो. सेमाडोह धारणी हमरस्त्यावरून एखादं वाहन गेलं की, खाण्याचं सोडून पूर्ण फॅमिली जवळच्या बांबू रांजीमधे जाऊन दडत होती. वाहनाचा आवाज शांत झाला, की परत येऊन पुन्हा म्हशीवर ताव मारायचे. असं त्यांनी किमान चार वेळा तरी केलं असावं.

साडेनऊच्या ऐवजी आमची मिनीबस वीस मिनीट आधीच कच्च्या रस्त्याकडे वळताना दिसली. वाघ कुटुंब त्वरित अदृश्य झालं. वक्तशीरपणाचे धडे आपणच या कर्मचाऱ्यांना दिल्याबद्दल आज पहिल्यांदाच खंत वाटली. भुकेल्या पोटी एकट्यानं तीन तासांपासून मचाणावर बसलेल्या आपल्या बिलंदर साहेबाच्या काळजीनं ते बिचारे अस्वस्थ झाले असावे. मिनी बसचे हेडलाइट आणि हातातील टॉर्चच्या प्रकाशात चालक अब्दुल कहार आणि इतर मंडळी मचाणाखाली येऊन उभे राहिले.

"सर, दिखा क्या?"

"एक नही, तीन दिखा." मी.

खाली उतरून म्हशीचं निरीक्षण केलं. शिकारीच्या पुठ्ठ्यापासून पोटापर्यंतचा मांसल भाग वाघ आधी फस्त करत असतो. पोटाच्या लादीस थोडाही धक्का लागू देत नाही. पोटाची लादी फुटल्यास आतील घाणीची दुर्गंधी सर्वत्र पसरते. मांसल भाग खाऊन झाला की वाघ, अलगद छातीचा पिंजरा उघडून, पोटाची लादी धडापासून वेगळी करतो. केवळ पंजांची नखं, जीभ आणि दात यांचा वापर करून सराईतपणे ही शस्त्रक्रिया करणारा वाघ, तेव्हा निष्णात सर्जनच्या भूमिकेत असतो.

म्हणूनच वाघाला 'क्लिन इटर' म्हणजेच चाटूनपुसून शिकार फस्त करणारा म्हटलं जातं. याउलट बिबट्या शिकार खाण्यास पोटापासून सुरू करतो. म्हणून त्याला 'नास्टी इटर' म्हणजेच 'किळसवाणा शिकारी' म्हटलं जातं. शिकार खाण्याच्या या पद्धतीवरून शिकार वाघानं केली की बिबट्यानं, ते खात्रीपूर्वक सांगता येते. अर्ध्या म्हशीला मोक्ष प्राप्त झाला होता. बाकी शरीर आमच्या वक्तशीरपणाने केलेल्या अडथळ्यामुळे मोक्षाला प्राप्त झालं नव्हतं. जंगलात निरीक्षणाचं वेळापत्रक निश्चित करणं घातक असल्याची प्रचिती आली.

दुसरे दिवशी पुन्हा निरीक्षणाकरिता गेलो. म्हैस त्याच स्थितीत होती. वाघांनी परत शिकारीवर येण्याचं टाळलं होतं. जंगलाचा राजा असलेला वाघ, पण फाजील जोखीम न पत्करणे हा त्याचा स्वभाव आणि तेच त्याच्या अस्तित्वाचं रहस्य! 'जान सलामत तो भैंस पचास' असा विचार करत वाघ-फॅमिलीने उर्वरित म्हैस वाया जाऊ दिली होती. संरक्षित जंगलातील रात्रीची वाहतूक बंद करणे का आवश्यक आहे, ते या प्रसंगावरून कळलं. वाघांना आपली मागणी लोकशाही पद्धतीनं मांडता आली असती, तर त्यांनी यासाठी आवाज (डरकाळी फोडून) नक्कीच उठविला असता.

◆

मेहमान रह गया

मेळघाटातील व्याघ्रप्रकल्पाच्या परिघात असणाऱ्या सरवारखेडा गावची मंगली नेहमीप्रमाणे कडाक्याच्या थंडीत झोपेतून उठली. तिनं अंगावरची गोधडी बाजूला सारली आणि वेळेचा अंदाज घेऊ लागली. मग तिला आठवलं, की नवऱ्याच्या प्रतिक्षेत ती पहाट होईपर्यंत अंथरुणात चुळबुळत होती. सकाळी केव्हातरी तिला झोप लागली. आपण झोपेत असताना नवरा परतला असेल आणि गुपचूप निजला असेल, असे मनात येताच तिने शेजारी जमिनीवरच अंथरलेल्या पथारीकडे पाहिले. रात्री तिने घातलेलं अंथरूण जसंच्यातसं होतं. म्हणजेच, तिचा नवरा सोमू परत आला नव्हता. आता तिला कालचा घटनाक्रम आठवला आणि तिची झोपेची गुंगी खाडकन उतरली.

सोमू आणि मंगली! नावातील वैशिष्ट्य लक्षात आलं का? आदिवासी कोरकू समाजात व्यक्तींची नावं सहसा जन्माच्या दिवशी जो वार असेल त्यानुसार ठेवली जातात. जसं सोमवारी जन्मलेल्या बाळाचं नाव सोमू/ सोमी, मंगळवारी जगात आलेल्याच मंगल/मंगली, बुधवारच्याच बुधू/ बुधी... असे. काही नाव शारीरिक वर्ण किंवा व्यंगावरून ठेवली जातात जसं काल्या/काळी, लंगड्या/लंगडी इ. त्यांची गोत्र मात्र वनस्पतीच्या नावावरून असतात जसं सेमालकर, बेलकर, कासदेकर, आंबेकर, जामूनकर इ. आदिवासींच्या साध्या आणि थेट जीवनशैलीत सगळं कसं सहज, सोपं आणि निसर्गाच्या जवळचं असतं त्याचं हे उदाहरण.

मेळघाटातील सर्वसामान्य गरीब कोरकू आदिवासींचं जसं कष्टाचं जीवन असतं तसंच सोमू आणि मंगली दांपत्याचंही होतं. घरच्या दोन एकर जमिनीच्या तुकड्यावर राबायचं, शिवाय मिळेल तसं मजुरीला जायचं, मिळेल तशी वनविभागाच्या सरकारी कामावर रोजंदारी करायची.

नवरा सोमूसुद्धा मेहनती होता. पण अशिक्षित आदिवासी भागात विरंगुळ्याची जी मर्यादित साधनं होती, त्यात मोहाच्या दारूचा क्रमांक वरचा. सोमूच्या दारूच्या मोहाचा मंगलीनं शहरी स्त्रियांप्रमाणे बाऊ केला नव्हता. थोडक्यात, दिवसभर कष्ट करायचे आणि रात्री दारू पिऊन निपचित पडायचं, अशी सोपी दिनचर्या होती सोमूची. पण प्रगतीचा सोस होता. घरच्या जमिनीच्या तुकड्यासाठी बैलजोडी घ्यायचं त्यांच्या मनात होतं. खूप काटकसर करून हजार रुपये जमले होते.

तिथून आठ कि.मी.वर बोराट्याखेडा गाव आहे. ते सोमूचं सासर.

सासऱ्याकडून निरोप आला, की गावात एक बैलजोडी विक्रीला आहे. सोमू आणि मंगलीनं जवळची सगळी शिल्लक मोकळी केली. सकाळी न्याहारी करून सोमू आणि त्याचा मित्र बुधू निघाले. वाट नेहमीचीच होती, पण होतं संरक्षित जंगल. कुलामामाचा (कोरकू भाषेत वाघाला 'कुला' म्हणतात) इलाखा. पण आपण काय, जन्माचे कोरकू. कुलामामा आपला सखा. आपणास इजा पोहोचवणार नाही, असा अंतरीचा विश्वास. त्यामुळे सरवारखेड्याहून निघून दोन कि.मी. पायी चालत जायचं. नंतर हातरू गावाजवळ फाट्यावरून बस धरायची आणि रायपूरला उतरून पाच कि.मी. संरक्षित जंगलातून पायी चालत बोराट्याखेडा गाठायचं, अशी ही कसरत होती. परंतु सोमू आणि बुधूकरिता बसमधील थोडक्या प्रवासापेक्षा सरावलेल्या चालीनं संरक्षित जंगलातून झपाट्यानं पायी चालणं अधिक सोपं होतं. सगळा द्रविडी प्राणायम करून दीड तासात, ही जोडी सोमूच्या सासऱ्याकडे पोहोचलीसुद्धा.

जावई येणार म्हणून सासरेबुवांनी कोंबडीचा बेत केला होता, शिवाय जेवणाच्या आधीचा मोहाचा वार्म अप होताच. ज्याचा बैल विक्री होता त्या काल्याकडे आधी जाऊन येऊ असं ठरलं. सासरेबुवा, सोमू आणि बुधू तिघेही काल्याकडे गेले. बैलजोडी पाहिली. ती काही सोमूला फारशी पसंत पडली नाही. तरी भाव कमी जास्त झाला तर सौदा करून टाकू, असं त्याच्या मनात होतं. पण काल्या गेला होता, शेजारच्या गावी मयतीला. उद्या येणार होता. मग काय, सासऱ्याकडे सोमू आणि बुधू दोघांनी कोंबडी हाणली. त्याआधी सासरेबुवांनी जावईबापूंना 'तीर्थ' दाखवलं होतंच. तट्ट जेऊन दोघेही पाहुणे परतीच्या प्रवासास निघाले. 'अंधार व्हायच्या आत घरी पोहोचा' असा सल्ला देत सासरेबुवांनी पाहुण्यांना निरोप दिला.

सासऱ्यांपुढे माणुसकी म्हणून बेताची प्यायलेल्या सोमूनं त्याच गावातील एकाकडे अजून ढोसली. खिशात बैलाचे पैसे होतेच. पाच पन्नास इकडले तिकडे. थोड्या वेळात अंधार पडणार तशात दोघांनी आपल्या गावाच्या दिशेनं डोलत-डोलत प्रस्थान केलं. पाय जमिनीवर नीट टेकत नसले, तरी दोघेही आसमानात होते. बोराट्याखेडा ते रायपूर ५ किमी पायी जायचं तेथून सेमाडोहवरून येणारी हाल्टिंग बस पकडून हातरुनजीक सरवारखेडा फाट्यावर उतरून परत २ किमी पायी

जात घरी रात्री मुक्कामी पोहोचण्याचा बेत होता.

इकडे संध्याकाळ झाली, रात्र झाली, जेवणाची वेळही टळली तरीही सोमूचा पत्ताच नव्हता. सकाळी झोपेतून उठल्यासरशी मंगली गेली बुधूच्या घरी. तिथे कळले की बुधू काल रात्री परतलाच नव्हता. दिवसभर मंगली सोमूची वाट पाहत राहिली. अधूनमधून बुधूच्या घरी जाऊन पाहायची. रात्र झाली. हातरुच्या हालटिंग बसची वेळ होऊन गेली. मंगलीला बुधू गावात शिरताना दिसला. मंगलीनं अधीरतेनं विचारलं, ''सोमू किधर है?'' त्यावर बुधू मंगलीला म्हणाला, ''वो मेहमान रह गया!''

सासरी मुक्काम करण्याचं काही ठरलं नव्हतं, तरी नवरा तिथे कसा थांबला, याबद्दल मंगलीच्या मनात शंका होती. शिवाय बुधू काल रात्री का परत आला नाही, हेसुद्धा तिला थोडं विचित्र वाटलं. पण सोमूजी सकाळपर्यंत परत येईल, असं मनात धरून ती कामाला लागली. पहाट झाली. सोमू गेल्यापासूनचा तिसरा दिवस उजाडला. आता मंगली बेचैन झाली. बुधूला तिनं पुन्हा खोदून विचारलं. आणि मग मंगलीचा धीर सुटला. सोमू घरून अनेक वर्षांची बचत घेऊन गेला होता. त्यामुळे बुधूविषयी तिला शंका आली. बुधूच्या जोडीला तिनं शेजारपाजारची काही माणसं सोबत घेतली आणि थेट बोराट्याखेडाचा रस्ता धरला. माहेरी जाऊन हकिगत सांगितली तर बाप म्हणाला की, सोमू आणि बुधू तर त्याच दिवशी निघून गेले.

तोपर्यंत मूग गिळून बसलेल्या बुधूनं आता वस्तुस्थिती सांगितली. ''बोराट्याखेडा निकलते निकलते मै और सोमू शंकर के घर फिरसे सिद्डू पिया. परेरापाटी डोह के आगे जाने के बाद सोमू से चलना नही हो रहा था, इसलिये हम काहु के पास बैठा. फिर सोमू बोला कि मै वापस बोराट्या जाता. इसलिये उसको छोडके मै अकेलाही रायपूर चला गया. हातरु का मेरा हाल्टिंग बस चूक गया इसलिये मै रायपूर मेहमान रह गया.'' बुधूनं अजूनही अर्धंच सत्य सांगितलं होतं. आता मात्र सगळे चिंतेत पडले.

सगळी मंडळी बुधुनं सांगितलेल्या रस्त्यातील कहुच्या झाडाजवळ गेली. तिथे त्यांनी आसपास शोध घेतला तेव्हा त्यांना सोमूची एक चप्पल आणि थोड्याच अंतरावर त्याची नायलॉनची कळकट थैली

आढळली. मंगलीला अनिष्टाची शंका आली. इलाखा कुलामामाचा होता. रस्त्यालगतच्या नाल्यात वाघाच्या पंजाचे ठसे दिसून आले. घात झाला होता. दाट रायमुनियामुळे पुढील शोध घेण्यापूर्वी वनविभागाला कळवण्याचं ठरलं. काहींनी लगेच रायपूर गाठून वायरलेसवर कळवलं. रायपूर, सेमाडोह व परतवाडा कार्यालयात क्षणार्धात माहिती पसरली. एका तासात वन विभागाचे कर्मचारी आणि पोलीस घटनास्थळी पोहोचले.

काही गावकऱ्यांच्या मदतीनं पोलीस आणि वनविभागाच्या कर्मचाऱ्यांची घटनास्थळी दाट रायमुनियाच्या जंगलात शोध मोहीम सुरू झाली. टायरची चप्पल आणि नायलॉनची थैली तिथेच पडली होती. पूर्ण ताफा दाट रायमुनियात पायवाट काढत पुढे जाऊ लागला. पुढे पहिल्या चपलीचा जोड असलेली टायरची दुसरी चप्पल सापडली. नंतर गवतावर शिकार ओढत नेल्याच्या खुणा दिसू लागल्या. ज्याक्षणी एक मोठा केसांचा पुंजका नजरेस पडला, आम्ही सर्व गावकऱ्यांना मागे थांबण्याच्या सूचना दिल्या. केसाच्या पुंजक्याखाली लालसर मानवी त्वचासुद्धा होती. आता आम्ही निवडक लोक काळजीपूर्वक दाट रायमुनियातून वाट काढत जाऊ लागलो. बाकी मंडळींना रस्त्याजवळच थांबायला सांगितलं. दाट रायमुनियातून वाकून खाली बसत, वेळ प्रसंगी सरपटत पुढे गेलो. काही अंतरावर एक फाटकी रक्ताळलेली बंडी आणि फाटकं धोतर दिसून आलं. नंतर हाताची तुटलेली दोन बोटं नजरेस पडली, आणि आमची खात्री पटली की सोमूची शिकार झाली आहे. पावलागणिक रक्ताचे वाळलेले डाग गवतावर वाढत्या प्रमाणात दिसू लागले. आता आम्ही रायमुनियाच्या झुडपांच्या गर्दीमुळे तयार झालेल्या मांडवापर्यंत पोहोचलो होतो. गावकरी आता सुमारे ५०० ते ७०० मीटर दूर मागे उभे होते. हिरव्या झुडपांच्या मांडवाच्या आत जाण्यासाठी एक संकुचित मार्ग होता पण आतील दृश्य काही स्पष्ट नजरेस पडत नव्हतं. शिकार ओढून तिथे नेल्याचं स्पष्टच होतं, त्यामुळे काळजी घेणं भाग होतं. खुद्द वाघोबाच आत असले तर काय घ्या? सगळे वर्दीधारी थबकले. एकदम झुडपांच्या मांडवात प्रवेश न करता त्या झुडपाच्या सभोवताली माणसांना चक्कर घालायला सांगितली. झुडपाच्या फटीतून वाघोबांच्या अस्तित्वाच्या खुणा दिसल्या नाहीत. आता मनाचा हिय्या करून सरळ संकुचित मार्गातून आत गेलो. आतील दृश्य विषण्ण करणारं होतं. चाटून पुसून

स्वच्छ केलेला एक मानवी सांगाडा आतमधील गवतावर अस्ताव्यस्त पडला होता. गवतावर रक्ताचे वाळलेले डाग होते. वाघाच्या सततच्या वावरामुळे आतील हिरव्या गवताचा जाड गालिचा तयार झाला होता. पूर्ण तीन दिवसांत वाघानं सोमूला पूरवून-पूरवून खाल्ला आणि चाटूनपुसून संपवला होता.

आप्तांचा प्राथमिक टाहो फोडून झाल्यावर, आम्ही बुधूला फैलावर घेतला, तेव्हा खरी कथा पुढे आली. सोमूच्या सासरी पाहुणचार घेऊन दोघेही परत निघाले, तेव्हा दोघांनी पुन्हा दारू ढोसली आणि अंधार व्हायच्या सुमारास जंगलाच्या मधोमध जाऊन पोहोचले. सोमूजीला तर इतकी जास्त झाली होती, की त्याच्यानं चालणंही होत नव्हतं. एकमेकांशी बडबडत ते चालत होतं. त्यांच्या नकळत रस्त्याच्या मधोमध उभ्या असलेल्या वाघाच्या समोर सात-आठ फुटांच्या अंतरावर ते येऊन पोहोचले होते. इतक्या जवळ येऊनसुद्धा वाघ निश्चल होता. अर्धशुद्धीतील सोमूला तेव्हासुद्धा वाघ दिसला नसावा. पण तुलनेनं शुद्धीवर असलेल्या बुधूची साक्षात कुलामामाशी नजरानजर झाली. तशातही खाली बसकण मारून बसलेल्या सोमूला त्यानं पायानं ढोसलं आणि चाचरतच 'कुला...कुला' असं सांगण्याचा प्रयत्न केला. पण सोमू शुद्धीत नव्हताच. पुढच्याच क्षणी बुधू जिवाच्या आकांतानं पळत सुटला. पळणारा बुधू रात्रीच्या अंधारात ठेचाळत, हेलपाटत कधी तरी रायपूरला पोहोचला आणि कोणालाच काही न सांगता ओळखीच्या शंकरकडे 'मेहमान राह्यला'. घडला प्रकार आधीच का नाही सांगितला अशी विचारणा केली असता म्हणाला, "दारू पिण्याच्या नादात सोमूचे बरेच पैसे खर्च झाले होते आणि मी त्याच्या सोबत होतो म्हणून मंगली आपल्यालाच शिव्या घालेल या कारणानं मी 'वो मेहमान रह्य गया' इतकं सांगून गप्प बसलो."

सोमूचा अंत असा व्हायला नको होता. अशा प्रसंगातून वाघाची बदनामी होते आणि वाघाच्या अस्तित्वाला धोका निर्माण होतो. वाघानं माणूस मारला, वाघ नरभक्षक झाला अशी बोंब पसरते. पण मुळात ही दोघेही वाघाच्या आवाक्यात येऊन सुद्धा शेवटच्या क्षणापर्यंत वाघानं त्यांच्यावर हल्ला केला नव्हता, किंवा पळणाऱ्या बुधूचासुद्धा त्यानं पाठलाग केला नव्हता. अर्धशुद्धीत असलेल्या सोमू आणि वाघोबाचा

आपसात काय संवाद झाला असावा, ते त्या दोघांनाच माहीत, पण इतकं निश्चित की, माणूस इतक्या घनिष्ठ संपर्कात आल्याशिवाय वाघोबा त्यावर हल्ल्याचा विचार करत नाहीत. समोरासमोर आल्यानंतरही नशेतील सोमूच्या असंबद्ध हालचालींमुळे वाघ विचलित झाला. सर्वसामान्य शिकारीप्रमाणे त्यानं सोमूला वागणूक दिली, असा निष्कर्ष आम्ही या प्रकारातून काढला.

पुढील काही दिवस या परिसरात हत्तीवरून गस्त घालण्यात आली. बोराट्याखेडा ते रायपूर शाळेत मुलांना येण्या-जाण्याकरता मेळघाट व्याघ्र प्रकल्पाची मिनिबस ठेवण्यात आली. नंतरच्या दिवसात वाघाकडून मानवावर हल्ला झाल्याची घटना घडली नव्हती. जवळ जवळ एक महिन्यानंतर खात्री झाली की वाघोबानं सोमूशी केलेला व्यवहार एक अपघात होता. म्हणजेच, तो वाघ नरभक्षक नव्हता...

◆

बानाढाप,

१ जानेवारी २००८

मेळघाटातील आदिवासींची भाषा कोरकू. तुटक हिंदी/मराठी आणि कोरकू भाषेतील शब्दांचे तुकडे जोडून बनते ती तेथील बोलीभाषा जी आपल्यासारख्या तिथे नोकरी अथवा पर्यटनानिमित्त जाणाऱ्या उपऱ्यांकरीता संवाद भाषा बनून जाते. त्यामध्ये काही कोरकू मूळ शब्द कायम असतात. जसा वाघांसाठी कोरकू प्रतिशब्द आहे कुला; श्रद्धा आणि प्रेमाच्या भावनेतून आदिवासी बांधव वाघाला 'कुलामामा' म्हणतात. त्याचप्रमाणे अस्वलासाठी कोरकू भाषेत प्रतिशब्द आहे 'बाना'. ह्याला मात्र आदिवासी कुठलं लाडिगोडीचं संबोधन लावत नाहीत कारण इथे कुलामामात आढळणारी दिलेरी नसते. परंतु अस्वलांची आदिवासींच्या दैनंदिन जीवनात निश्चित नोंद असते. जागेचं नाव बानाभुरा ठेवणे, Crotolaria juncea असं क्लिष्ट नाव असलेल्या वनस्पतीच्या सुकलेल्या शेंगांचा कोरकू मुलं खुळखुळा बनवतात त्याला 'बाना का घुंगरू' असं संगीतमय नाव दिले जाते. इतर जंगली श्वापदाप्रमाणेच अस्वल विनाकारण मानवाच्या वाटी जात नसलं, तरी जेव्हा असा प्रसंग येतो तेव्हा अस्वलाचा हल्ला क्रूर आणि भीषण असतो. आयुष्यभराचं अपंगत्व आणि विद्रुपता आणणारा असतो.

अस्वलाचं आचरण गूढ ह्या सदरात मोडणारं असतं. दृष्टी कमजोर असल्यामुळे त्याला दूरचं दिसत नाही. बोजड शरीर, चाल बेढब व सतत खाद्य सुंगण्यात गुंग असल्यामुळे त्याच्या अस्तित्वाची जाणीव लगेच होते. अंधुक प्रकाश, धुकं किंवा दाट झाडीत अचानक आमोरा-सामोर येण्याची शक्यता असते. मानवी चाहूल लागल्यास अस्वल आपणहून दूर निघून जातो. परतीचा मार्ग नसल्यास 'अटॅक इज द बेस्ट डिफेंस' ह्या उक्तीनुसार तो हल्ला करतो, पण ठार न मारता केवळ जखमी करून पळून जातो. मेळघाटात दरवर्षी अस्वल व मानवाच्या संघर्षाच्या पंधरा ते वीस घटना होत असतात, यापैकी एखादी घटना जीवघेणी ठरते. जंगलात अस्वलाचं खाद्य असतं मध, वाळवी, बोरं, कडखा, उंबराची फळं, मोहफुलं, रायमुनियाची छोटी-छोटी फळं किंवा अमलताशच्या शेंगा. वरील प्रकार जंगलात अत्यल्प प्रमाणात उपलब्ध असतात. उंच झाडावरील मध मिळवण्याकरता अस्वल त्याच्या बोजड शरीराची तमा न बाळगता मोठ्या आकाराच्या नखांच्या बळावर सहज चढून जातात. अंगावरील केसाळ जंगलामुळे मधमाश्यांचा डंख त्यांच्यावर

निष्प्रभ ठरत असावा. मोहाची फुलं म्हणजे भालूजींचा विक पॉइंट. आदिवासींकरता मोह फुलाचं विशेष महत्त्व. मोह फुलं सडवून, त्यांचा अर्क काढून 'सिदडू' हे पेय आदिवासी तयार करतात. सिदडू तयार करण्याच्या प्रक्रियेत मोहाचा सुगंध दरवळतो आणि त्याचा माग घेत अस्वलं तिथपर्यंत पोहोचतात आणि तिथे अस्वल-मानव संघर्षाची स्थिती निर्माण होते. मोह फुलं वेचण्याच्या (मार्च –एप्रिल) कालावधीत खाद्यान्नाच्या शोधात अस्वल सहसा जंगलात एकट्यानंच वावरत असतो. सोबत मादी असल्यास हल्ला करण्याची शक्यता अधिक असते. त्याचप्रमाणे मादीसोबत पिल्ले असल्यास अशी शक्यता द्विगुणित होते. नर-मादी ओळखण्यासाठी आकारानं मोठा तो नर आणि लहान ती मादी असं ढोबळ अनुमान लावता येतं.

सरकारी खाती आणि वन विभागासारख्या यंत्रणांबाबत सामान्य लोकांत कसलेही प्रवाद असोत, पण जंगलात कसले बिकट प्रसंग आम्हा लोकांवर ओढवतात त्याची जंगलाबाहेरून कुणास कल्पनाही येणार नाही. सैन्य, पोलीस, रेल्वे ह्यात कार्यरत माणसांची आपली एक वेगळीच दुनिया असते, कमी अधिक प्रमाणात तिच गत वन-विभागातिल कर्मचाऱ्यांचीसुद्धा असते. अत्यंत तोकड्या साधनसामग्रीत जिवाची जोखीम घेऊन कर्तव्य बजावावे लागते.

दि. १ जानेवारी, २००८, हा दिवस वनविभागासाठी ऐतिहासिक. कारण ह्याच दिवशी वन्यजीव संस्थान, डेहराडूनतर्फे वन्यप्राणी प्रगणनेकरीता नव्यानं विकसित करण्यात आलेली 'ट्रांसेक्ट पद्धती' भारतातील सर्व व्याघ्र प्रकल्प क्षेत्रात लागू झाली. मेळघाटच्या डोंगराळ भागात ही पद्धती राबविण्यासाठी सर्व क्षेत्रीय कर्मचाऱ्यांना प्रशिक्षण देण्यात आलं होतं. एक वनरक्षक आणि एक श्रमिक अशा दोघांच्या चमूनं निर्धारित क्षेत्रात नऊ दिवसांच्या काळात प्रगणनेचं कार्य राबवायचं होतं. तीन टप्प्यात राबविण्यात येणाऱ्या ह्या मोहिमेत पहिले तीन दिवस वाघ, बिबटे इ. मांसभक्षक प्राण्यांच्या अस्तित्वाचे पुरावे जसे पंजाचे ठसे, विष्ठा, जमीन आणि झाडावरील नखांचे ओरखडे, त्यांनी केलेल्या शिकारीचे अवशेष इ. ची नोंद घेणे. नंतरच्या तीन दिवसांत तृणभक्षक प्राणी जसे सांबर, चितळ, भेकर, रानडुक्कर, निलगाई इत्यादींच्या प्रत्यक्ष दिसण्याची नोंद करायची. शेवटचे तीन दिवस क्षेत्रातील वनस्पती समूह जसे झाडं,

झुडपं, गवत, अखाद्य वनस्पती ह्यांच्या नोंदी तसंच मानवी हस्तक्षेप उदा. चराई, वृक्षतोड, वणवा, वनउपज गोळा करणे इत्यादी घटकांच्या क्षेत्रावरील प्रभावाच्या नोंदी करणे. अत्यंत तांत्रिक स्वरूपाचं हे काम एकट्या वनरक्षकानं सोबतीला केवळ एक श्रमिक घेऊन करायचं होतं.

वनरक्षक डाबरे त्यांच्या कोहा येथील मुख्यालयापासून नजीक असलेल्या अढाव ह्या गावातील श्रमिक शामलालला घेऊन सकाळी सात वाजता निघाले. पुनर्वसनानंतर या क्षेत्रातील मानवी हस्पक्षेप कमी झाल्यामुळे संपूर्ण परिसरात वन्य प्राण्यांचा वावर होता. कोहा येथील वायरलेस यंत्रणेचे बस स्टेशन व कर्मचाऱ्यांजवळ वायरलेस वॉकिटॉकी इतकंच संपर्काचं साधन होतं. वनरक्षक डाबरेंचे नियतक्षेत्र कोहापासून ४ – ५ कि.मी. अंतरापासून पुढे सुरू होणार होतं. कोहा ते बेलकुंड रस्त्यानं हे अंतर दोघांनी मोटरसायकलनं पार केलं. रस्त्याच्या कडेला झुडपांमध्ये मोटर सायकल लपवून ठेवली आणि दोघेही पुढे निघाले. वन्यप्राण्यांच्या राबत्यानं पडलेल्या पायवाटेवरून वनरक्षक डाबरे व त्यांच्यामागे श्यामलाल नियोजित प्रगणन क्षेत्रात शिरले. वनरक्षक डाबरेंच्या पाठीवरील सॅकमध्ये विविध प्रपत्र, नोंदवही, बीट हॅमर, काही कोरे कागद, पाच फूटी टेप, वॉकिटॉकी, स्वत: बनवलेली शिदोरी व पाण्याची बाटली इतकी सामग्री होती आणि वन्यप्राण्याचा वावर असलेल्या त्या घनदाट जंगलात सुरक्षेसाठी होती एकमेव वस्तू - श्यामलालच्या हातातील कुऱ्हाड.

डाबरे आणि श्यामलाल ह्यांच्या दोन सदस्यीय चमूचा अशा तऱ्हेने प्रगणनेचा पहिला टप्पा सुरू झाला. चौफेर नजर फिरवत, पायवाटेवरून मांसभक्षक प्राण्यांचे पुरावे शोधत, नि:शब्द जंगलात त्यांचं मार्गक्रमण सुरू होतं. पायवाटेच्या कडेला सुमारे शंभर मीटर अंतरावर एक कपार होती. स्थानिक आदिवासी कोरकू भाषेत 'बाना' म्हणजे अस्वल आणि 'ढाप' म्हणजे कपार. ह्या कपारीचा वापर अस्वल नियमितपणे करत असल्यानं त्या कपारीला 'बानाढाप' असं म्हणायचे. कपारीजवळ जाण्याआधी सावधगिरी म्हणून डाबरेंनी त्या बाजूनं एक दगड भिरकावला. काहीच घडलं नाही. दोघेही निश्चिंत झाले. अस्वल हा एक निशाचर प्राणी आहे. रात्रभर भटकंती करून दिवसा अशा कपारीत तो निवांत पडला असतो. अशा कपारीत बिबटे, वाघ, अस्वल आळीपाळीनं चेक-इन

करत असतात. त्यामुळे इथे त्यांच्या अस्तित्वाचे पुरावे मिळण्याची खात्री असते. दोघेही सावधगिरी बाळगत कपारीपर्यंत पोहोचले. तिथे अस्वलाची विष्ठा सापडली. अस्वलाच्या विष्ठेत अनेक वनस्पतिंच्या बिया दिसून येतात. वाळवी व शेणकिड्याच्या अळीच्या शोधात अस्वलानं उकरलेल्या मातीत बी पेरणी होऊन त्याला आवडणाऱ्या फळ झाडांची पुनरुत्पत्ती करण्याचं महान कार्य तो करत असतो. डाबरे ह्यांनी पुराव्यांची नीट नोंद घेतली. पुढे निघाले. डाबरेंची नजर होती पायवाटेवर तर श्यामलाल चौफेर नजर ठेवून चालत होता.

अचानक शामलाल जागीच थबकला. दोन मोठ्ठी अस्वलं मागील दोन पायांवर उभी राहून एक टक डाबरे आणि श्यामलाल ह्या दोघांना निरखत होती. प्रशिक्षित वनरक्षक डाबरेंशी कुठलाही संवाद न साधता श्यामलालनं गडबडीत दोन्ही हात वर केले व तो जिवाच्या आकांतानं "बाना, हाट, हाट" ओरडू लागला. खरं पाहता अस्वलाला हुसकावण्याची ही पद्धत प्रशिक्षण मॅन्युअलप्रमाणे निषिद्ध आहे. श्यामलाल का ओरडतो आहे हे ध्यानात येण्याच्या आधीच खाकी वर्दीत असलेल्या वनरक्षक डाबरेंपर्यंत दोन्ही अस्वलं वेगानं धावत आली. अचानक अंगापर्यंत आलेली दोन अस्वलं दिसताच डाबरे गडबडले आणि खाली पडले. शामलालची तर जणू वाचाच गेली होती. दोन्ही अस्वलांनी श्यामलालला मनसोक्त ओरबाडला आणि काही क्षणांत त्यांनी जंगलात धूम ठोकली. रात्रपाळी करून दोन्ही अस्वलांची बानाढाप वर परतण्याची आणि ह्या दोघांची तिथे पोहोचण्याची वेळ कदाचित एकच झाली असावी. निमिषार्धात हा भीषण प्रकार घडून गेला होता. डाबरेंनी स्वत:ला सावरेपर्यंत शामलालचा चेहरा रक्तबंबाळ झाला होता.

अस्वलांच्या हल्ल्याच्या धक्क्यातून पूर्णत: न सावरलेल्या डाबरेंची हालत जबर जखमी श्यामलालचा रक्तबंबाळ चेहरा पाहून अधिकच बिकट झाली होती. त्यांनी श्यामलालला झालेल्या जखमांचं निरीक्षण केलं. श्यामलालच्या एका डोळ्याचं बुबूळ बाहेर लटकलं होतं. दृश्य विदारक होतं. मन घट्ट करून डाबरेंनी खिशातून रुमाल काढला, बुबूळ अलगदपणे श्यामलालच्या रक्तलांच्छित डोळ्याच्या खोबणीत ठेवलं आणि त्यावरून रुमाल कसून बांधला. नखांनी ओरबाडलेल्या चेहऱ्याशिवाय त्या दोन महाकाय 'बल्लूं'नी श्यामलालच्या खांद्याचा लचका तोडला

होता. वेदनेपोटी निघालेले श्यामलालचे अश्रू ओरबाडलेल्या चेहऱ्यावरील रक्तात मिसळत होते.

आरडाओरड करून मदत मागण्याची सोय नव्हती कारण त्या घनदाट अरण्यात दूरदूरपर्यंत मदत मिळण्याची शक्यता नव्हती. अधिक आवाज केल्यास मदत येण्याऐवजी पुन्हा ती दोन अस्वलं परत येण्याची भीती अधिक होती. ही परिस्थिती आपल्याला एकट्यानंच हाताळायची आहे अशी खात्री पटल्यावर डाबरेंच्या अंगात वेगळंच अवसान संचरलं. शामलालच्या जखमा गंभीर होत्या, पण चेहरा आणि खांद्या पर्यंतच होत्या. सुदैवाने श्यामलालचे पाय शाबूत होतं. डाबरेंनी त्यांस आधार देऊन उभं केलं आणि त्याला हळूहळू चालवत ते कोहा-बेलकुंड मुख्य रस्त्यावर उतरले. मदतीची प्रतीक्षा करत रस्त्याच्या कडेला ती दोघे बसली. त्या अनिश्चिततेत त्यांना वेदनांचाही जणू विसर पडला होता. खोलगट भागात असल्यानं वॉकी-टॉकी निकामी ठरली होती. अर्ध्या तासाची दीर्घ प्रतीक्षा फळाला आली आणि एक मोटरसायकलस्वार त्या वाटेवर प्रकटला. त्यानं दोघांनाही कोहा इथे पोहोचतं केलं. बेस स्टेशनवरून बिनतारी संदेश वैराट येथील नियंत्रण कक्षाला दिला गेला. माझ्या गाडीतील वायरलेस सेटवर मला बातमी मिळाली. कोहापासून आठ कि.मी. अंतरावर तारूबांदा येथे वनविभागाचा दवाखाना आहे. एक डॉक्टर व एक मदतनीस एवढाच त्या दवाखान्याचा व्याप आहे.

तेथील डॉ. टापरे व त्यांचे मदतनीस मोटरसायकलनं कोहा येथे पोहोचले. मीसुद्धा जिप्सीनं कोह्याकडे निघालो. डॉक्टरांनी प्रथमोपचार केले. रक्तस्राव थांबवला. वेळ वाचवायचा म्हणून श्यामलालला ब्लँकेटमध्ये गुंडाळून तिथे उपलब्ध असलेल्या ट्रॅक्टरच्या ट्रॉलीत टाकण्यात आलं आणि ड्रायव्हर हरेरामनं ट्रॅक्टर कोहा-बेलकुंड रस्त्यावर दामटला. डॉ. टापरे मोटरसायकलवर एस्कॉर्ट देत आले. आमच्या जिप्सीची आणि ट्रॅक्टरची भेट बेलकुंडनजीक झाली. ट्रॉलीतील ब्लँकेटमध्ये लपेटलेला श्यामलाल पाहून माझ्या छातीचे ठोके क्षणभर चुकले होतं. चेहरा बँडेजचा मागे दडला होता. त्याही स्थितीत माझा आवाज कानी पडताच श्यामलाल पूर्ण कथा सांगू लागला. त्याला मधेच थांबवून जिप्सीत घेतलं आणि आम्ही पंधरा कि.मी. अंतरावरील टेंभ्रसोंडा प्राथमिक स्वास्थ्य केंद्रात पोहोचलो. इंजेक्शन आणि सलाईन लावून झालं आणि

डॉक्टरांनी सामान्य रुग्णालय, अमरावती इथे पेशंट रेफर केला. दीड तासानंतर अमरावती जिल्हा सामान्य रुग्णालयाच्या इमर्जन्सी बाह्य रुग्ण विभागात आम्ही पोहोचलो. डॉ. वाठोडकरांनी तपासणी केली. रक्त व सलाईनची व्यवस्था झाली. सकाळी साडेसातची घटना आणि खरा उपचार सुरू होण्यास दुपारचा एक वाजला होता. नेत्र शल्य चिकित्सकांना पाचारण केलं गेलं. रॅटेना फाटल्यामुळे एक डोळा गेल्याचं निदान झालं. पुढील उपचार सुरू झाले. तीस वर्षीय श्यामलालचं धैर्य व सहनशीलता कौतूकास्पद होती. बेलकुंड ते अमरावती प्रवासात त्याच्याकडून संपूर्ण घटनाक्रम कळला. अस्वलाच्या जीवसृष्टी आणि वर्तणुकीच्या मानसिकतेचं जे थोडंफार ज्ञान मला वन्यजीव प्रबंधनाच्या पदव्युत्तर पदविका अभ्यासक्रमात मिळालं होतं त्यात श्यामलालच्या प्रत्यक्ष अनुभवानं मोलाची भर पडली.

नागपूर येथील डॉ. मदन कापरे, साउथ रोटरी क्लब, नागपूर तसंच वन विभाग, जिल्हा परिषद आणि नगरपालिका ह्यांच्या साहाय्यानं प्राथमिक स्वास्थ्य केंद्र, चिखलदरा येथे मेळघाटातील आदिवासींकरीता विनामूल्य शस्त्रक्रिया शिबीर घेतली जात. १९९२ पासून क्षेत्रसंचालक ठोसरे व डॉ कापरे ह्यांच्या पुढाकारानं सुरू झालेल्या ह्या उपक्रमास आता यात्रेसारखा प्रचंड प्रतिसाद असतो. डॉ. कापरेंशी मी संपर्क साधला आणि श्यामलालची कहाणी सांगीतली. नागपूरचे सुप्रसिद्ध नेत्र चिकित्सक डॉ. मुकादम ह्यांच्याशी संपर्क साधून डॉ. कापरे ह्यांनी रुग्णास नागपूरला आणण्याची सूचना केली. स्वत:च्या जवाबदारीवर सामान्य रुग्णालयातून सुट्टी मिळवण्याची प्रक्रिया संध्याकाळी पूर्ण झाली. नागपूरच्या अंजली हॉस्पिटलमध्ये दस्तुरखुद्द डॉ. मदन कापरे व डॉ. मुकादम रात्री साडेदहा वाजता जय्यत तयारीत होते. तसं पाहता हे दोघेही डॉक्टर आपापल्या क्षेत्रातील व्यस्त माणसं होती, पण मेळघाटातील आदिवासींप्रति त्यांचं प्रेम निरलस होतं. त्यांनी तपासण्या केल्या आणि जखमी झालेल्या एका डोळ्याची दृष्टी परत येणं तर शक्य नाही, परंतू श्यामलालचं मेळघाटी सौंदर्य अबाधित राहण्यासाठी बुबूळ जिथल्यातिथे बसवता येईल, असं त्यांचं मत पडलं. एक महिना शामलालवर उपचार चालले. उपचार पूर्ण झाल्यानंतर श्यामलालला घेऊन आम्ही अढाव ह्या त्याच्या गावी पोहोचलो. संपूर्ण गाव त्यास भेटण्यास लोटला होता.

भोळ्या-भाबड्या आदिवासी गावकऱ्यांमध्ये त्याचा एक डोळा निकामी झाल्याच्या दुःखापेक्षाही त्याच्यावर काळजीपूर्वक केल्या गेलेल्या उपचारांप्रति कृतज्ञता होती. अस्वलाच्या हल्ल्यांची सवय असलेल्या आदिवासींना उच्च दर्जाच्या उपचारांचा अनुभव चकित करून गेला होता.

वन-विभागाचे कर्मचारी कसं मर्यादित साधन-संपदेत जिवाची जोखीम घेऊन कर्तव्य बजावत असतात त्याचा प्रत्यय ह्या घटनेतून यावा. जंगलात गस्त घालताना घुंगरू-काठी घेऊन चालल्यास अस्वलाशी होणारे संघर्ष टाळले जाऊ शकतात. पण घुंगरू-काठीच्या आवाजानं इतर प्राणी दिसण्याची तिळमात्र संभावना राहणार नाही म्हणून ही पद्धत वनकर्मचाऱ्यांमध्ये प्रचलित नाही. ह्या संपूर्ण प्रकरणात माझ्या मनात एका गोष्टीनं घर केलं ती म्हणजे घटनेच्या दिवशी हा भीषण हल्ला ताजा असताना आम्ही जखमी श्यामलालला बेलकुंड ते कोहा घेऊन जात असता, हे घटनास्थळ लक्षात राहावं म्हणून वनरक्षक डाबरेंनी तेथील मोठ्या दगडावर लिहिलं होतं 'बानाढाप, दिनांक १/१/२००८!'. त्यांच्या वनसंरक्षणाच्या प्रामाणिक भावनेला सलाम. अस्वलाच्या जीवघेण्या हल्ल्यानंतर काही क्षणांतच 'बाना बुरा नही' अशी भावना प्रकट करणं हे असामान्य धैर्याचं लक्षण म्हटलं पाहिजे!!

◆

नौ बजे
फिर आना!

जंगलातील वाघांचं संरक्षण करता करता त्या राजबिंड्या व्यक्तिमत्त्वाचं वारंवार दर्शन करण्याचं व्यसनही जडलं गेलं. कुटुंब आणि जंगल असा समतोल सांभाळण्याची जबाबदारी असल्यानं मे महिन्यात कुटुंबासह जंगल सफारीची योजना आखली. सरकारी कामाचा कुटुंबापासून लपविलेला 'छुपा अजेंडा' सोबत होताच. बोलेरो गाडीचे चालक अहमद, श्रमिक राजाराम, आम्ही दोघे नवरा-बायको आणि आमचे थोरले सुपुत्र अशा सगळ्यांनी कोहामार्गे बनामकडे कूच केली.

कोहा गावाहून पुढे जात असता रस्त्यावर जागोजागी आडवा जाणारा बनाम नाला आम्ही किमान पाच वेळा ओलांडला. पुन्हा एकदा आडवा आलेला बनाम नाला ओलांडताना राजाराम म्हणाला, "सर, उस कोने मे एक डोह है. वहाँ पर तीन दिन पहले सुबह नौ बजे मैने एक शेरनी उसके दो बच्चो के साथ पानी मे बैठी देखी. सर, देखेंगे क्या?" मनात उचंबळून आलेली ऊर्मी दाबत मी म्हटलं, "नही, अभी अंधेरा होने को है. कल देखेंगे."

बनाम म्हणजे आंब्याचे बन. भर उन्हाळ्यात हिरवी पालवी राखणारे आंबा, जांभूळ, कुसुमसारखे वृक्ष बनाम नाल्याच्या काठावर असल्याने चिंचोली दरीच्या हिरव्यागार परिसरात प्राण्यांची रेलचेल होती. जागोजागी वाघ आणि बिबट्यांच्या पंज्यांचे ठसे पाहून मनाला उभारी वाटत होती आणि त्यांच्या प्रत्यक्ष दर्शनाची इच्छा उचल खात होती.

बनाम कँपवर पोहोचलो तेव्हा अंधारलं होतं. सकाळी साडेसातला परतीचा प्रवास सुरू झाला. अंदाजे पाच कि. मी. पुढे गेल्यावर आदल्या दिवशी राजारामनं दाखवलेल्या डोहाजवळ गाडी उभी केली. साधारणपणे नऊ वाजले असावे. माझा बारा वर्षांचा मुलगा विक्रम बालसुलभ उत्साहात श्रमिक राजारामसोबत पुढे-पुढे चालत होता. मी व पत्नी त्यांच्या मागे-मागे. राजाराम आणि विक्रम आता डोहाजवळ पोहोचणारच होते आणि ते दृश्य नजरेस पडलं. पिवळी पट्टेदार मेळघाटी वाघीण आणि तिचे दोन बछडे डोहातून निघून नजीकच्या मोठमोठ्या दगडांच्या मागून पहाड चढू लागले होतं. आम्हा दोघांना मागून ते स्पष्ट दिसले, परंतु समोर असलेल्या विक्रम व राजारामने अधिक स्पष्ट पाहण्यासाठी पहाडाकडे जाणारी वाट धरली. दोघे समांतर चालत पुढे निघाले. आम्ही त्यांना रोखणार, तशात वाघिणीला त्यांची चाहूल लागली असावी.

पिल्लांना पुढे करून ती तशीच परत फिरली आणि तिनं आसमंत दणाणून जावा अशी डरकाळी फोडली. 'औकात मे रहो' असा तो इशारा होता.

वाघिणीपासून विक्रम व राजाराम यांच्यातील अंतर फार तर तीस मीटर इतकंच असावं. डरकाळीमुळे दोघेही धावत, धडपडत खाली आले. पिल्लांच्या रक्षणार्थ डरकाळी फोडणारी वाघीण आणि त्या डरकाळीनं हादरून धावत येणारं आपलं लेकरू अस थरारक दृश्य पाहून विक्रमची आई व मी जागेवरच खिळलो. अशा वेळी गात्रं बधिर होतात आणि बुद्धी संमोहित होतं, त्याची प्रचिती आली. अगदी कमी अंतरावरून आपल्याला उद्देशून डरकाळी देणारी जंगलातील वाघीण अनुभवण्याचं थ्रिल शब्दांत व्यक्त करणं कठीणच. छावे अडीच वर्षांचे होईपर्यंत वाघीण त्यांना असं कडक सुरक्षा कवच प्रदान करत असते. त्यानंतर आम्ही परतवाड्याची वाट धरली. घडल्या प्रकाराच्या सावटातून बाहेर न आलेले आम्ही परतीच्या प्रवासात दगड होऊन बसलो होतो. काय घडू शकलं असतं याच्या वाईटातील वाईट कल्पना पिच्छा पुरवत होत्या.

त्याच दिवशी संध्याकाळी कामानिमित्त मला जिप्सी गाडीचे अनुभवी चालक निमकरांसोबत परत कोकटूला जावं लागलं. वन खात्यातील दीर्घ सेवेत निमकरांना मेळघाटातील जंगल तसंच व्याघ्रदर्शनाचा दांडगा अनुभव होता, तरीही व्याघ्रदर्शनाची त्यांची भूक कायम असायची. रात्री आमचा मुक्काम कोकटू येथे होता. दरम्यान, चिखलदरा येथे दुसऱ्या दिवशी दुपारी वन विभागाचे प्रमुख प्रधान मुख्य वन संरक्षक पोहोचणार आहेत या आशयाचा बिनतारी संदेश आम्हाला प्राप्त झाला. त्यांच्या आगमनापूर्वी चिखलदरा इथे पोहोचणं आवश्यक होतं. मी व निमकर सकाळी सातला चिपी, कोकजांबू, छोंद्रिआम मार्गे कोहा येथे पोहोचलो. थोड्याच वेळात आदल्या दिवशी वाघिणीनं केलेल्या 'मॉक चार्ज'च्या स्थळावर पोहोचलो. निमकर म्हणाले, "सर, नऊ वाजले. वाघिणीच्या स्नानाची वेळ झाली." डोहापासून जिप्सी सुमारे दोनशे मीटरवर उभी केली आणि आम्ही दोघे अत्यंत दक्षतेनं कोरड्या नदीच्या पात्राच्या एका बाजूनं चालत निघालो आणि आमचा अंदाज खरा ठरला. आज राणीसाहेब 'पूल'मध्ये केवळ एका शहजाद्यासोबत डुंबलेल्या होत्या.

वाघाची उत्पत्ती दक्षिण चीनच्या बर्फाळ प्रदेशात झाल्याचं निष्पन्न झालं आहे. उन्हाचा त्याला त्रास होतो. त्यामुळे पाण्यात डुंबायला त्याला आवडतं. उत्तम जलतरणपटूसारखा तो नदी, नाले लीलया पार करू शकतो. वाघीण व बछड्यांच्या जलविहाराचं दृश्य आम्ही दोघे मनसोक्तपणे डोळ्यांत साठवून घेऊ लागलो. अत्यंत सतर्कतेनं हालचाली करणाऱ्या वाघिणीला काही क्षणांतच आमची चाहूल लागली, तशी पाण्यात डुंबण्याची गंमत आवरती घेऊन ती पिल्लासोबत पाण्याबाहेर आली आणि पहाडाच्या दिशेनं चालू लागली. ती दिसेनाशी होताच आम्ही जिप्सीकडे वळलो.

चिखलदऱ्याला दुपारी प्रधान मुख्य वन संरक्षक साहेबांचं आगमन झालं. रात्री गप्पांच्या ओघात सकाळी नऊ वाजताच्या व्याघ्रदर्शनाची गोष्ट माझ्या तोंडून नकळत निघून गेली. मग काय, "वानखडेजी, ऐसे जबानी बताने से काम नही चलेगा. कल ठीक नौ बजे उसी जगह पर आप हमे शेर दिखायेंगे." साहेबांनी फर्मान काढलं. दुसऱ्या दिवशी सकाळी सातलाच आम्ही दहा-बारा जणांचा ताफा दोन वाहनांत विभागून निघालो. माजी सैन्याधिकारी असलेल्या साहेबांनी लष्करी खाक्या वापरत ताकीद दिली, "वानखडेजी अपने प्लाटून के कप्तान है. वो जैसा बोलेंगे वैसा ही सब करेंगे."

मलाही स्फुरण चढलं. अंग्रेजो के जमाने के जेलरच्या ढंगानं कडाडलो, "आधे इधर जाओ, आधे उधर जाओ और बाकी मेरे पिछे आओ..."

चार-पाच जण डाव्या बाजूच्या उंच भागाकडे चालू लागले आणि चार-पाच उजव्या बाजूच्या रस्त्यानं गेले. केवळ चालक निमकर माझ्या मागे शिल्लक होते. मी व निमकर हळूहळू डोहाच्या दिशेनं निघालो. पन्नास मीटर अंतरावरून आम्ही डोहाचं निरीक्षण केलं. पाण्याशिवाय काहीही आढळलं नाही. सगळं मुसळ केरात गेलं, अशी भावना झाली. तशात उंचावरील गटातील सदस्य माझ्याकडे पाहून हातवारे करताना दिसले. काही लक्षात येईना... खबरदारी म्हणून जमिनीवर पडलेल्या एका मोठ्या झाडाच्या बुंध्यावर चढून बघताच गवताच्या पलीकडून वीस ते तीस मीटरवर आमच्या विरुद्ध दिशेनं जाणारी वाघीण नजरेस पडली. निमकर व माझी बोबडीच वळायची शिल्लक राहिली. ती गवतापलीकडून

आमच्या अगदी जवळून गेली होती, आम्ही गप्पगार उभं राहिलो. ती रस्त्याच्या बाजूला गेली. त्या दिशेला प्रधान मुख्य वन संरक्षकांचा चमू होता. त्यांना आता व्याघ्रदर्शन होणार, अशी आम्हाला खात्री होती. वाघीण दृष्टीआड गेली. मी, निमकर आणि चढावाच्या दिशेनं गेलेल्या सगळ्यांना वाघीण दिसली होती. आम्ही एकत्र आलो आणि साहेबांच्या चमूकडे गेलो. "सर, अच्छे से दिखा क्या?" मी साहेबांना विचारलं. साहेब म्हणाले, "क्या दिखा? हमको तो कुछ नही दिखा." साहेब व त्यांच्या सोबतच्या चमूला वाघीण दिसलीच नव्हती. सलग तीन दिवस ठीक नऊ वाजता माझ्या व्याघ्रदर्शनाची हॅटट्रिक साधली गेली होती. पहिले दोन दिवस कुठल्याही ताफ्याशिवाय आम्हाला व्याघ्रदर्शन घडलं होतं, परंतु प्रचंड ताफा सोबत असूनही इतरांना तर वाघीण दिसली, पण ज्यांच्यासाठी हा बंदोबस्त लावला होता त्या साहेबांच्या नशिबात मात्र व्याघ्रदर्शन नव्हतं. थोडक्यात, जंगलाच्या राणीच्या दर्शनास नशीब बलवत्तर असणं आवश्यक आहे, कुणाचीही प्रधानकी ती जाणत नाही, या सत्याची प्रचिती आली.

◆

रानगव्यांची कवायत

मेळघाटाच्या जंगलात अनेक वर्षांच्या वास्तव्यात जंगली प्राण्यांच्या शिस्तबद्धतेचे जे अनुभव आले, त्यामुळे प्राण्यांसाठी 'जंगली' किंवा तत्सम शब्द वापरण्याची आपली पद्धत योग्य कशी, ह्याविषयी माझ्या मनात संशय निर्माण झाला. जेव्हा शहरी जीवनात सार्वजनिक जागी व्यवस्थित रांग लावण्याऐवजी धसमुसळेपणा, धुमश्चक्री दिसते तेव्हा मला मेळघाटात रानगव्यांनी एका प्रसंगी दाखवलेला संयम, जबाबदारीचे भान आणि पॅनिक न होण्याची वृत्ती हमखास आठवते. आपल्याला माणसाळायला अजून बराच वेळ लागेल, अशी खंत बाळगत मुक्या प्राण्यांविषयीचे कौतुक अधिकच उचंबळून येते.

मेळघाटच्या जंगलात रानगवे या प्राण्यांचा टक्का मोठा आहे. वरवर पाहता काळी म्हैस अथवा रेड्यासारखा दिसणारा हा केसाळ प्राणी अत्यंत ताकदीचा असतो. त्याच्या पांढऱ्या शुभ्र मस्तकाची धडक प्रत्यक्ष गेंड्यापेक्षाही भेदक असली तरी हा तसा अहिंसेचा पुजारी, शाकाहारी. म्हशीच्या चेहऱ्याकडे बारकाईने पाहिल्यास लक्षात येईल की ती नेहमी चिंतनात मग्न असल्यासारखी दिसते. विचारात गढली असल्यासारखे भाव तिच्या चेहऱ्यावर कायम दिसतात. इतरांच्या भानगडीत न पडता तिचं आपलं रवंथ आणि चिंतन सुरू असतं. तोच काहीसा चिंतनशीलतेचा भाव रानगव्यांच्या चेहऱ्यावरही असतो. निसर्गाच्या सान्निध्यात राहिलेल्या मेळघाटातील अस्सल आदिवासींच्या चेहऱ्यावरही अशीच अनभिज्ञता पाहायला मिळते. मस्तकाचा मध्यभाग, नाक, तोंड, कानाचा आतला भाग आणि चारही पायांचा गुडघ्याखालील भाग पांढरा आणि उर्वरित आडदांड शरीर काळंकभीन्न! साधारण वजन सहाशे ते सातशे किलो असलेल्या गव्यांची मेळघाटात संख्या सुमारे दीड हजारापेक्षा जास्त आहे. शिकारी प्राण्यांच्या तावडीत सापडू नये म्हणून रानगवे सहसा कळपानं फिरत असतात.

भारतीय समाजात विविध सरकारी अनुदानांची रक्कम कायद्याने स्त्रीला कुटंबप्रमुख मानून तिच्या खात्यात टाकण्याची पद्धत सुरू व्हायला २०१९ साल उजाडावं लागलं, परंतु रानगव्यांनी कळपाच्या प्रमुख पदाचा सन्मान त्यांच्यातील ज्येष्ठ गविणीला (मादीला) देण्याची प्रथा फार आधीच सुरू केली. मोठा नर गवा कळपापासून वेगळा राहून राणीसाहेबांना पूर्ण स्वातंत्र्य देतो. 'बाहुबली' सिनेमातील राजमाता

शिवगामीच्या मातृसत्ताक राज्यपद्धतीची कल्पना निर्देशक राजमौलीने कदाचित गव्यांच्या कळपांचा अभ्यास करून घेतली असावी. तरुण गवेसुद्धा मनसोक्त उंडारायला मिळावं म्हणून वेगळा कळप करून राहतात. शिकारी प्राण्यांपासून बचाव करण्याच्या रानगव्यांच्या आपल्याच काही सामूहिक क्लृप्त्या आहेत.

गव्याच्या मस्तकातील अचाट ताकदीची जाण वाघासारख्या बुद्धिमान प्राण्याला असते. रानगव्याच्या 'हल्या'च्या मस्तकाचा मान ठेवून वाघ त्याच्यावर समोरून कधीच हल्ला करीत नसतो. मोठ्या आकाराच्या रानगव्याच्या मागून हल्ला करून वाघ त्याच्या पाठीवर पंजाची भारी थाप मारतो. गव्यानं मान वळवताक्षणी वाघ त्याची नरडी जबड्यात धरून पूर्ण वजनासह त्याच्या नरडीला लटकतो. लटपटलेला गवा आडवा झाल्यावर वाघ तो गतप्राण होईपर्यंत नरडं सोडत नाही. दुसऱ्या पद्धतीत वाघ गव्याच्या मागच्या पायाला जबर चावा घेतो, गुडघ्यांना जोडणारा स्नायू तुटला की भारी गव्याचा तोल ढळतो. मग वाघोबा त्याच्या नरडीचा घोट घेतो. लहानसहान गव्यांच्या अंगावर पूर्ण वजन टाकून वाघोबा कार्य सिद्धीस नेतात. म्हसोबांसारखे ढिम्म वाटणारे रानगवे अशा अटीतटीच्या वेळी कल्पनेच्या पलीकडची चतूर चाल खेळतात. वाघ जवळ असला आणि पळून जाणं शक्य नसलं तर रानगवा पाठ झाडाला लावून उभा राहतो. त्यामुळे समोरून हल्ला करण्याशिवाय वाघाला पर्याय उरत नाही आणि रानगव्याच्या मस्तकाच्या धडकेचं उपद्रव मूल्य जाणून असलेल्या वाघाला कितीही डिवचलं तरी तो समोरून हल्ला करण्याची जोखीम घेत नाही. अशा स्थितीत आडोशाकरीता जवळपास झाड दिसलं नाही तर तीन-चार रानगवे एकमेकांच्या पाठीला पाठ लावून परस्परांच्या शरीरांची ढाल करून उभे राहतात. तशा स्थितीत वाघाला रानगव्यांच्या तटबंदीच्या प्रत्येक बाजूला केवळ त्यांच्या मस्तकाचाच सामना करावा लागतो. थोडक्यात, रानगव्याच्या 'बोमठस' अशा बाह्य अवतारावरून कुणीही त्याला चाणाक्षतेच्या बाबतीत गृहीत धरू नये.

मेळघाट व्याघ्रप्रकल्पाच्या पर्यटन क्षेत्रात जागोजागी प्राण्यांसाठी लहान-मोठे पाणवठे तयार केलेले आहेत. असाच एक लहानसा पाणवठा चामारऊधडा या स्थळीसुद्धा आहे. पाणवठा म्हणजे पाण्याचा एक

पाझर आणि पाणी साठविण्यासाठी म्हणून एक सिमेंटचे टाके. चामारऊधडा पाणवठ्यावर आणीबाणीच्या स्थितीत बचावाकरीता लपनगृह (बंकर) तसंच पाणवठ्यावर येणाऱ्या प्राण्यांचे निरीक्षण करू इच्छिणाऱ्यांसाठी उंचावर मचाणाची व्यवस्था होती.

पाणवठ्यावर येणाऱ्या प्राण्यांचे निरीक्षण करू, ह्या इराद्याने एके दिवशी मचाणावर मुक्काम करण्याचे मी ठरवले. एकटाच होतो, उन्हाळ्याचे दिवस होते. उर्वरित विदर्भाप्रमाणे मेळघाटात सूर्य आग ओकत नसला तरी इथल्या नेहमीच्या थंड वातावरणाच्या तुलनेत उष्णता जास्त जाणवत होती. पाणवठ्यावर कुठला प्राणी येतोय का तिकडे नजर लावून मी बसलो होतो. तशात दूरून रानगव्यांचा एक कळप सावकाश चालत येताना दिसू लागला. जवळ येता येता लक्षात आलं की कळपातील गव्यांची संख्या मोजताही येणार नाही इतकी जास्त होती. हळूहळू तो काळा थवा पाणवठ्याच्या दिशेनं येऊ लागला आणि पाणवठा अंदाजे पन्नास मीटरच्या अंतरावर असताना पूर्ण कळप अचानक जागीच थबकला. थांबल्या जागीच बराच वेळ त्यांचं चरणं सुरू असता माझ्या मनास प्रश्न पडला, हे रानगवे पाणवठ्याकडे येणार आहेत की नाहीत? की पाणी पिण्याच्या उद्देशानं ते आलेलेच नाहीत. हा प्रश्न थोडाच वेळ टिकला कारण, पाच-सात लहान आकाराचे गवे पाणवठ्याच्या दिशेनं निघाले होते. ह्याचा अर्थ गव्यांच्या म्होरक्यानं लगबगीनं पाणवठ्यावर जायची सगळ्यांना मनाई केली असावी. पाणवठ्यावर वाघ अथवा तत्सम शिकारी प्राणी घात लावून बसलेला नाही याची पन्नास मीटरवरून खातरजमा करून घेतल्यानंतर मगच पाणवठ्यावर जाण्याचा निर्णय घेतला असावा.

पुढे येऊ लागलेली ती सगळी रानगव्यांची पिल्लं होती आणि ती सोडून इतर सगळे मोठ्या संख्येनं मागेच थांबले होतं. आधी लहान मुलांना पाणी पिऊ द्यावे हा उद्देश. चार ते पाच गव्यांचे बच्चे पाणवठ्यावर पोहोचले, त्या लहान आकाराच्या पाणवठ्यावर आळीपाळीने निवांतपणे पाणी प्यायले. पाणी पिऊन ते परत निघाल्याचं दिसताच, मध्यम वयाच्या गव्यांची पुढली बॅच तिकडून सोडण्यात आली. त्यांनीसुद्धा कुठलीही घिसाडघाई न दाखवता शांतपणे, आळीपाळीने पाणी ग्रहण केलं. ज्यांचं पाणी पिऊन झालं ते शांतपणे पन्नास मीटर अंतरावरील

तात्पुरत्या कँपवर परत जात होते. सर्वांत शेवटी सर्वांत मोठ्या आकाराची जबाबदार कर्ते मंडळी पाणवठ्याकडे निघाली. अक्षरश: रांग लावून, समोरच्या रानगव्याचं पोटभर पिऊन झाल्यानंतर तो तृप्त होऊन वळला की मागल्यानं प्यायचं अशा शिस्तीत त्यांनी हा सोहळा पार पाडला. घाई-गडबड, धडपड, अरेरावी, रेटारेटी, लोटालोटी, धसमुसळ, अंगी असलेल्या प्रचंड बळाचा वापर ह्यापैकी काहीही न होता इतक्या मोठ्या कळपाचा पाणी पिण्याचा कार्यक्रम अत्यंत सौहार्दपूर्ण वातावरणात पार पडला. हा प्रकार पूर्ण व्हायला किमान दोन तासांचा अवधी लागला पण कुणाचाही संयम सुटला नाही. विशेष कौतुकास्पद बाब म्हणजे, दिवसभर उन्हाळ्यातील गर्मीत अनेक किलोमीटर जंगल तुडवल्यानंतर प्रचंड तहानलेल्या अवस्थेत असताना ह्या वन्य प्राण्यांनी सैन्यशिस्तीचा असा आदर्श नमुना प्रस्तुत केला होता.

मोठमोठ्या तीर्थस्थळी भाविक म्हणून जाणारी माणसं जराशा फायद्यासाठी अधीर होऊन चेंगराचेंगरीत शेकडोंच्या संख्येनं मरतात, तिथे कुठल्याही धार्मिक पोपटपंचीचा गंध नसलेले वन्यजीव स्वयंशिस्तीत जगतात. म्हणूनच जगास ओरडून सांगावंसं वाटतं की बेशिस्तीचं प्रदर्शन करणाऱ्या माणसांना आपण ‘जंगली’ असं संबोधन वापरतो त्यापेक्षा जंगली प्राण्यांची शिस्तबद्धता पाहा आणि तसल्या माणसांना ‘माणसं’च म्हणा म्हणजे जंगली प्राण्यांचा उचित आदर राखला जाईल.

◆

मेळघाटचे दारासिंग आणि किंगकाँग

पावसाळ्याची सुरुवात झाली होती, पण अजून पावसानं जोर धरला नव्हता. जंगल सफारीचे रस्ते अजूनही पर्यटकांसाठी खुलेच होते. पावसाळा जोमात सुरू झाला आणि सर्वत्र हिरवळ झाली, की जंगलात मुबलक पाणीसाठे तयार होतात तसंच खाद्यंही भरपूर असतं. त्यामुळे मोकळ्यावर प्राणी दिसण्याची शक्यता कमी होत जाते. वाढलेले गवत आणि फोफावलेल्या वृक्षवल्लीमुळे पर्यटकांना धोका होऊ नये म्हणून पावसाळा सुरू झाल्यानंतर सेमाडोहातील व्याघ्र प्रकल्प पर्यटनाचा हंगाम अधिकृतपणे बंद करण्यात येतो, तसेच जंगल सफारीचे रस्ते बंद करण्यात येतात. अद्याप पर्यटनासाठी अनुकूल असलेल्या वातावरणात त्या दिवशी दुपारच्या सुमारास आमची गाडी पर्यटन क्षेत्रात प्रवेश करती झाली. बुजरूक जोडच्या पुढे चमारउधडा ते पिपतपडाव रस्त्याने चमारउधडाच्या थोडं पूढे आमची गाडी पोहोचली होती.

अचानक वाघाच्या डरकाळीसारखा आवाज कानी पडला. गाडीतील सर्वजण सावध झाले. एकमेकांकडे अर्थपूर्ण नजरेने पाहू लागले. प्रत्येकाच्या मनात शंका होती, आवाज वाघाचा वाटत नव्हता. तेवढ्यात पुन्हा एकदा तोच आवाज कानी पडला. नंतर तसे आवाज येतच राहिले. आवाज वाघाचा नाही याची जवळ-जवळ प्रत्येकाला खात्री होऊ लागली; परंतू गफलत होऊ नये म्हणून सावध राहण्याच्या नादात कुणीच उघडपणे सांगायला तयार नव्हतं. शिवाय प्रत्येकाच्या मनात व्याघ्रदर्शनाची इच्छा सदासर्वकाळ असल्यामुळे आवाज वाघाचाच असू दे, असा आशावाद मनात होता. वाघाची डरकाळी की गव्याचे हंबरणे, यात मन वाघाच्या डरकाळीसाठी पक्षपात करीत होते, मुळात ते गव्यांचं हंबरणंच होतं. एवढं मात्र खरं की गव्यांच्या सर्वसाधारण हंबरण्यापेक्षा या आवाजांची तीव्रता जास्त होती, म्हणून अनुभवी वनाधिकाऱ्यांचाही गोंधळ उडाला होता.

आमचं वाहन थोडं पुढं गेलं आणि ते दृश्य नजरेस पडलं. हेवी वेट गटातील दोन काळेशार रगेल गवे आपल्या शरीरसौष्ठवाचे प्रदर्शन करत गोलाकार फिरत होते. एकमेकांना आव्हान देत बलभीम पहेलवान जसे मांड ठोकतात, तसं चक्राकार फिरत, मानेच्या आक्रमक हालाचालीतून हे मेळघाटी दारासिंग आणि किंगकाँग एकमेकास ललकारत होते. कुस्तीच्या रिंगणात अशा आक्रमक आणि हृदयाचा थरकाप उडवणाऱ्या

कलागती सुरू असताना कुस्तीचे दर्दी प्रेक्षक जसं आपापल्या पहेलवानाचा उत्साह वाढविण्यासाठी जमतात तसंच इथंसुद्धा मोठ्या संख्येनं प्रेक्षक गवे सभोवताल उपस्थित होते. दारासिंग आणि किंगकाँग दोघांनी कुठल्याही सामना अधिकाऱ्यांच्या मदतीशिवाय गोल-गोल फिरून रिंगणाची मर्यादा आखून घेतली होती. किमान तीस-चाळीसच्या संख्येत असलेले प्रेक्षक गवे, अत्यंत शिस्तप्रीय प्रेक्षकांप्रमाणे, पहिलवानांच्या तयारीचा अंदाज घेत काल्पनिक रिंगणाच्या भोवताली हिरव्या गवताची चव चाखत शांतपणे प्रत्यक्ष झुंज सुरू होण्याची प्रतीक्षा करत होते. फ्री पासधारक शिष्ट प्रेक्षकांच्या ऐटीत आम्हीसुद्धा या दंगलीचा आनंद लुटण्याचं ठरवलं. आम्हा शिष्ट प्रेक्षकांमध्ये भर घातली, ती आमच्या मागाहून आलेल्या पर्यटकांच्या मिनी बसनं. त्या बसमध्ये तत्कालीन वनपरिक्षेत्राधिकारीसुद्धा होते. त्यांनी माहिती दिली, की उत्साहानं भरलेल्या प्रेक्षक गव्यांचा अजून एक मोठा जथ्था ह्या दिशेनं येत आहे. पर्यटकांना वेळेचं बंधन असल्यामुळे दंगलीला प्रत्यक्ष सुरुवात होण्याआधीच त्यांना निघून जावे लागले, आम्ही मात्र नेटानं थांबलो. थोड्याच वेळात साठ-सत्तर गव्यांचा जथ्था येताना दिसला. त्यांच्या हाती झेंडे नव्हते, की तोंडी घोषणा नव्हत्या, केवळ देहबोलीतून होऊ घातलेल्या इव्हेंटविषयीचा उत्साह, उत्कंठा दिसून येत होता. हिरव्या गवताचे 'स्नॅक्स' चघळत दंगलीच्या तयारीचा आनंद घेत असलेल्या आधीच्या प्रेक्षक गव्यांच्या आनंदात कुठलाही अडथळा येणार नाही अशा पद्धतीने नंतरचा मोठा जथ्था त्यांच्यात बेमालूमपणे मिसळला. आता प्रेक्षकांची एकूण संख्या,आम्ही माणसं वगळता शंभराला टेकली होती. स्टेडिअम गच्च भरल्याचे संकेत प्राप्त होताच विना रेफरीचा हा सामना सुरू झाला. दारासिंग आणि किंगकाँग भिडले. सर्वप्रथम शिंगांना शिंगे भिडवून त्यांचे एकमेकांची ताकद आजमावणे सुरू झाले. त्या महाकाय गव्यांची शरीरं मागे पुढे हेलकावे घेऊ लागली. हेवीवेट गटातील हे दोन काळेशार रगेल गवे आपल्या शरीरसौष्ठवाचे प्रदर्शन करत गोलाकार फिरत होते. एकमेकांना आव्हान देत बलभीम पहिलवान जसे मांड ठोकतात तसं चक्राकार फिरत, मानेच्या आक्रमक हालचालींतून हे मेळघाटी दारासिंग आणि किंगकाँग एकमेकांना ललकारत होते... व्हीएफएक्स क्लृप्तीने उभा केलेला बाहुबली सिनेमातील अतिकाय वळू आणि भल्लालदेव यांच्यातील

पडद्यावरची टक्कर मिळमिळीत वाटावी असा खऱ्याखुऱ्या भीमकाय गव्यांच्या टक्करीचा थरार तेथे साकार झाला होता.

मोठ्यांच्या लढतीचं ते थरारक दृश्य पाहून काही किशोरवयीन गवे त्यांचं अनुकरण करत, आपसात लुटूपुटूच्या टकरीचा पवित्रा घेऊन खेळू लागले. काही परिपक्व गवे निर्विकारपणे चरत होते, तर काही पॉपकॉर्न (गवतरूपी) खात-खात मुख्य टक्करीचा आनंद घेत होते. मुख्य टक्कर हळूहळू जोमात येऊ लागली. प्रेक्षक मान उंचावून पहिलवानांच्या डावपेचास दाद देऊ लागले. मुख्य कुस्ती कधी जोरात येत होती तर कधी मल्ल दम घेण्यास सवड मिळावी म्हणून आक्रमण सौम्य करीत होते. दारासिंग आणि किंगकाँग यांपैकी कुणालाही 'मेळघाट श्री' होण्याची घाई नव्हती. दोघंही आरामात, त्यांच्या पद्धतीनं, घड्याळाकडे न पाहता खेळत होते. या कुस्तीला वेळेचं बंधन नव्हतं, हे आम्हा मानवी प्रेक्षकांच्या एव्हाना लक्षात आलं होतं. सुमारे तासभर दोन्ही तगड्या गव्यांचा थांबून-थांबून मुकाबला सुरू होता. दोन हेल्यांच्या टकरीत वावराचा सत्यानाश होण्याचा येथे प्रश्नच नव्हता, कारण जंगल त्यांच्या बापाचचं होतं. उलट त्यांच्या नैसर्गिक वस्तीत आम्ही माणसं उपरे होतो. या कुस्तीचा निकाल चार-दोन तासात लागण्याची शक्यता नव्हती. शेवटी जंगलातील या शिस्तबद्ध दंगलीचा आम्ही निरोप घेतला.

यापूर्वी अनुभवी वनपरिक्षेत्राधिकाऱ्यांकडून असे ऐकले होते, की दरवर्षी पावसाळ्याच्या सुरुवातीच्या दिवसात मोठ्या प्रमाणात गवे एकत्र येऊन बोरी परिसरात रिंगण घालतात. तेव्हा या प्रकाराची स्पष्ट कल्पना आली नव्हती. परंतू हा प्रसंग पाहिल्यानंतर त्याची भव्यता पाहून अचंबित झालो. इतक्या मोठ्या संख्येत गव्यांचं एकत्र येणं, रिंगण तयार करून शांततेनं मुख्य गव्यांच्या टकरीचा आनंद घेणं, जत्रेत गेल्यासारखं आनंदाचं प्रदर्शन करणं या मागचं नेमकं इंगीत काय असावं? प्रश्न छळत होता... डोक्याला ताण देऊन पाहिला... इतर वनाधिकाऱ्यांशी उत्कंठावर्धक प्रसंगाविषयी चर्चा केली... कोडं काही सुटेना! हा दरवर्षी होणारा सोहळा आहे. हे एकदा पक्के माहीत झाल्यानंतर या प्रसंगावर आम्ही आपापसात चर्चा केल्या आणि निष्कर्षाप्रत आलो, की आपला वंश असाच अचाट ताकदीचा राहावा, या उद्देशाने पावसाळ्याच्या सुरुवातीस म्हणजे मिलनाच्या हंगामाच्यापूर्वी नर-माद्यांना

समान बळाचा जोडीदार निवडता यावा या उद्देश्यानं हा वर-वधू मेळावा असावा. अधिक अभ्यासाअंती असंही लक्षात आलं, की जिनेटिक एक्स्चेंजच्या या प्रकारात दरवर्षी गव्यांचे कळप एकत्र येतात आणि आपल्या पसंतीच्या नर गव्या सोबत मादी वर्षभरासाठी मुला-बाळांसकट राहायला निघून जाते. दुर्बळ वंशावळ तयार होण्याचा धोका टाळण्यासाठी गव्यांसारख्या म्हसोबांना उपजतच अशी क्लृप्ती अवगत असावी, ही सुद्धा निसर्गाचीच किमया! केवळ मनोरंजनासाठी त्या दंगलीचे आयोजन नसून आपली वंशावळ निकोप पद्धतीनं वाढली पाहिजे, अशा उदात्त हेतूनं केलेलं हे आयोजन होतं.

जंगलातील या म्हसोबांकडून, वर-वधू मेळाव्यांचं खेळीमेळीच्या वातावरणात शांततापूर्ण आयोजन करण्याचे धडे नागरी समाजानं गिरवण्यास हरकत नाही!!

◆

शिकार हो गया

पावसाळा सुरू होऊन महिना झाला, की जंगलातील रस्ते गाड्यांसाठी कष्टप्रद ठरू लागतात. दुर्गम भागात जायचं तर चालत जाण्याशिवाय पर्याय उरत नाही. ढगाळ वातावरणामुळे सौर ऊर्जा साठवणाऱ्या बॅटऱ्या मंद पडतात आणि त्यावर चालणारी बिनतारी संदेश यंत्रणा कुचकामी ठरू लागते. जूनमध्ये मोसमी पावसाचं मेळघाटात आगमन झालं की जुलैपासून सर्व नद्या, नाले, ओहोळ नितळ पाण्यानं खळाळू लागतात, सर्वत्र पसरलेल्या गवताच्या हिरव्या चादरी आणि लहान-मोठ्या धबधब्यांचं विहंगम दृश्य दिसू लागतं. शेजारच्या गावांमधील पेरण्या इत्यादी शेतिकामं आटोपली, की त्यानंतरचा काही काळ हातमजुरी हीच उपजीविका असणाऱ्यांसाठी कठीण असतो. साठवलेले अन्न संपायच्या मार्गावर असते. शेतातील व नजीकच्या जंगलातील खाद्यान्न अद्याप उपलब्ध झालेले नसते. खरेदी करायला पैसा नसतो. अशा वेळी सांबर, चितळ, भेकर इ. हरीण जातीय प्राण्यांच्या अवैध शिकारीसाठी हा सुगीचा काळ ठरतो. पावसाळ्याच्या सुरुवातीस जवळ-जवळ प्रत्येक गावातील शिकारी टोळ्या जंगलात प्रवेश करतात. काही लोक एक शौर्य क्रिडा प्रकार (ॲडव्हेंचर स्पोर्ट) ह्या अर्थानंदेखील सांबर शिकारीचा उपक्रम राबवतात. अभयारण्याच्या सिमेवर वसलेल्या शेकडो गावांमधून हा प्रकार घडत असतो. मेळघाट अभयारण्याच्या परिघाबाहेरील गावातील पंधरा ते वीस सदस्यांची शिकारी टोळी उजाडण्यापूर्वीच गाव सोडते. गाव जागा होण्यापूर्वी अशा गुप्त मोहिमेवर निघून गेल्यामुळे घरच्या बायका आणि मुलांना मोहिमेची भनक लागत नाही. गुप्ततेच्या बाबतीत स्त्रियांच्या मनाची जमीन भुसभुशीत असते म्हणून अनुभवी शिकारी गुप्तता राखण्याच्या दृष्टीनं घरच्या बायकांच्या बाबतीत जोखीम घेत नाहीत. गावातून बाहेर पडतानासुद्धा ही टोळी एकत्रितपणे निघत नाही. प्रत्येक जण आपापली पाळीव कुत्री सोबत घेऊन वेगवेगळ्या रस्त्यांनी घराबाहेर पडतो आणि गावाच्या शिवेबाहेर पूर्वनियोजित ठिकाणी सगळी गोळा होतात. पाळीव कुत्र्यांचा असल्या शिकारीसाठी वापर जंगलातील गवताची उंची दोन ते अडीच फूट इतकी असेपर्यंतच केला जाऊ शकतो. त्यापेक्षा उंच गवतात कुत्र्यांना पलीकडचं दिसत नाही आणि त्यांना असुरक्षित वाटू लागतं, म्हणून हा प्रकार जून आणि जुलै महिन्यात अधिक प्रमाणात होतो.

शिकारी टोळ्या कमीतकमी सामान सोबत ठेवतात. कुऱ्हाडी,

भाला अशी सांबराच्या शिकारीसाठी आवश्यक असलेली अवजारं तर त्यांच्यासोबत असतातच शिवाय एका पिशवीत नारळ, कुंकवाची पुडी, उदबत्ती पुडा व एक काड्यांची पेटी इ. साहित्य आवर्जून घेतलं जातं. शिकारी टोळीस जंगलात कुणी अचानक हटकलं तर 'पूजा को जा रहे' असा बचाव करण्यासाठी पुरावा म्हणून वरील साहित्य कामास येतं. भोळ्या-भाबड्या आदिवासींचे जंगलात शेकड्याने देव आहेत. नाग-नागीण, कुलादेव, कचरादेव, छोंद्रीआम, गुगामल, मांजरदेव, चीलमबाबा, राजदेवबाबा असे पायलीचे पन्नास. निसर्गाची कृपा असावी म्हणून वाटेत आलेल्या प्रत्येक दगडाला देव मानण्याची वनवासींची देवभोळी वृत्ती असते. दुसऱ्या एका पिशवीत पीठ घेतलं जाते. तीखट, मीठ, तेल मिसळून केलेला एक मसाल्याचा गोळाही त्या पिशवीत ठेवला जातो. ही तयारी असते जंगली रेसिपीतून तयार होणाऱ्या एका अफलातून डिशची. ही डिश म्हणजे विना तव्याच्या पोळ्या! जंगलात मुक्कामाच्या ठिकाणी लहान, लहान शेकोट्या पेटवल्या जातात. पीठाचे लहान-लहान उंडे थापून ते माहुल वेलीच्या पानात लपेटून शेकोटीतील निखाऱ्यांवर भाजायचे. एका बाजूनं पान करपलं, की ते परतून दुसऱ्या बाजूनं भाजायचं. दोन्ही बाजूनं माहुल वेलीची पानं करपली की समजायचं की आतलं पीठ चांगलं भाजलं गेलं असून त्याची पोळी तयार झाली आहे. करपलेल्या पानातून पोळी बाहेर काढली की तिच्यावर माहुल वेलीच्या पानाच्या शिरांच्या आकृत्या उमटलेल्या दिसतात. अशा तऱ्हेनं ह्या फूड प्रॉडक्टवर नैसर्गिकरीत्या माहुल वेलीचा ब्रँड उमटतो. माहुल वेलीच्या पानात भाजलेल्या, विना तव्याच्या ह्या ब्रँडेड पोळ्या अत्यंत चविष्ट लागतात. शिकारीसाठी अनेक कि.मी. जंगल तुडविल्यानंतर लागलेल्या भुकेच्या सपाट्यात असं नैसर्गिक पद्धतीनं तयार केलेलं अन्न ग्रहण करून शरीरात पुन्हा ऊर्जा निर्माण केली जाते.

जंगलात प्रवेश केल्यानंतर एखाद्या प्रशिक्षित सेनेप्रमाणे हे अशिक्षित शिकारी सिंगल फाइलमधे एका रांगेत चालतात आणि आपसात कमीतकमी बोलण्याचं पथ्य पाळतात. त्याच वेळी सोबतची पाळीव कुत्री भोवतालच्या क्षेत्राचा धांडोळा घेत असतात. कुत्र्यांना सांबरासारख्या प्राण्याचा सुगावा लागल्यास सर्व कुत्री त्याचा पिच्छा पुरवतात. सांबर स्व-बचावार्थ नजीकच्या पाणवठ्याकडे धाव घेतं आणि खोल पाण्यात जाऊन उभं

राहतं. पाण्यात कुत्र्यांची ताकद कमी पडते. मग पाण्याच्या मधोमध स्थिरावलेल्या सांबरास शिकारी टोळीतील माणसं भाले, कुऱ्हाडी इ. अवजारांनी ठार मारतात. कधी, कधी मानवावर विश्वासून सांबर जीव वाचविण्यासाठी पाणवठ्यांच्या ऐवजी शिकाऱ्यांच्या दिशेनं धावतात. कारण कुत्र्यांपेक्षा मानव विश्वासास अधिक पात्र आहे असा त्यांचा समज असतो. त्यांचा हा समज चुकीचा ठरतो. शरणागत सांबराला शिकारी सहजपणे ठार करतात. पाणवठ्याकडे जा की माणसाकडे जा, शेवटी सांबराचे प्रारब्ध ठरलेलंच असतं. सुमारे दीडशे ते दोनशे कि.ग्रॅ. वजनाच्या सांबराची शिकार झाली की ताबडतोब तिचे तुकडे पाडले जातात. जागीच मांसाचं वाटप होतं. त्यांच्यातील कुणी एक अपरिहार्य कारणास्तव शिकारीला येऊ शकला नसेल, पण त्यानं त्याच्या कुत्र्याला मोहिमेत सहभागी होऊ दिलं असेल, तर मांसावरील त्याच्या हक्काचा वाटा काळजीपूर्वक त्याच्यापर्यंत पोहोचविला जातो. प्रत्येक जण आपल्या वाट्याचं वेगळं गाठोडं बांधतात. परतीचं अंतर जास्त असल्यास मुक्कामाच्या ठिकाणी शेकोटी पेटवून मांस भाजून घेतलं जातं. मांसाचा वाटा अधिक असल्यास तो टिकून रहावा म्हणून त्यांस घरी गेल्यावर उन्हात सुकविले जाते किंवा चुलीवर आड्याला बांधून ठेवले जाते त्यामुळे चुलीची आस लागून मांस भाजले (smoked meat) जाते. अशा तऱ्हेनं मांसाचा कणनकण कामी लावला जातो. म्हणतात ना अन्न हे पूर्णब्रम्ह, अगदी तसंच!

हळूहळू पाळीव कुत्री सांबराची शिकार करण्यास सरावतात. वाघ, बिबट इत्यादी निशाचर जंगली श्वापदांच्या भीतीने सांबर, चितळ, भेकर इ. प्राणी रात्रीच्या वेळी गावानजीकच्या खुल्या क्षेत्रात सुरक्षेसाठी येतात. त्यांची चाहूल लागताच शिकारीसाठी सरावलेली गावातील पाळीव कुत्री भुंकू लागतात. भल्या पहाटे कुत्र्यांच्या भुंकण्याचा आवाज ऐकून ह्या प्राण्यांच्या मांसाचे दर्दी लोक कुऱ्हाडी, भाले घेऊन आवाजाच्या दिशेनं निघतात. सांबर पुन्हा बचावासाठी माणसांकडे शरण घ्यायला येतं. त्यांच्या मांसासाठी हपापलेली ही माणसं, माणसं नसून शिकारी आहेत, हे कळेपर्यंत उशीर झालेला असतो. अशा तऱ्हेनं शिकारीसाठी प्रत्यक्ष जंगलात न जाताही शिकाऱ्यांना सांबरासारख्या प्राण्यांची शिकार गावातच उपलब्ध होते. कुत्र्यांचा शिकारीसाठी असा उपयोग होत

असल्यामुळे ह्या भागात कुटुंब संख्येपेक्षा पाळीव कुत्र्यांची संख्या अधिक असते. असं असूनही कुत्र्यांची संख्या कमी करण्यास प्राणीमित्रांचा प्रखर विरोध असतो.

अशा प्रकारच्या अवैध शिकारींना चाप लावण्यासाठी वनविभागाची यंत्रणा सतर्क असते. परंतु त्या दोन महिन्यात जंगलात प्रवेश करणाऱ्या अवैध शिकाऱ्यांची मोठी संख्या, वन विभागाकडे उपलब्ध मर्यादित साधनसामग्री आणि मनुष्यबळ ह्यामुळे असल्या प्रकारावर संपूर्ण नियंत्रण मिळवणं शक्य होत नाही. गावातील एकीमुळे शिकारीबाबत कमालीची गुप्तता बाळगली जाते. एखादा फितूर झाल्यास त्यास पंचायत शिक्षासुद्धा करते. पाळीव कुत्रे सहसा मानवी अस्तित्व असलेल्या क्षेत्रातच वावरतात. गावापासून दूर जंगलात पाळीव कुत्रे दिसल्यास त्यांच्यासमवेत माणूस आहेच असे खात्रीलायकपणे समजावे. अशी शंका येताच वनकर्मचारी प्रतिबंधात्मक व्यूहरचना राबवितात. कर्तव्य भावनेनं अनेकदा सर्व मर्यादांवर मात करून वनकर्मचारी असल्या संकटांचा सामना करत असतात. प्रसंगी जिवावर उदार होण्याची वृत्ती वर्दीधाऱ्यांमध्ये उफाळून येत असते. शिकारी टोळीला पकडण्यासाठी वनविभागानं पार पाडलेल्या अशाच एका थरारक ॲक्शनची कथा पुढच्या भागात.

◆

एक थरारपट

त्या दिवशी जिल्हाधिकारी, अमरावती यांच्या कार्यालयात एका महत्त्वाच्या बैठकीत मी व्यग्र होतो. माझ्या वाहन चालकानं मला एक चिठ्ठी पाठवली. 'कोकटू भागात शिकारी घुसले आहेत' असा संदेश गाडीतल्या बिनतारी संदेश यंत्रणेवर प्राप्त झाला होता. मी तातडीनं बैठकीतून बाहेर आलो आणि नेमकी माहिती घेण्याचा प्रयत्न केला. सांबरांची शिकार करणारे सुमारे पन्नास शिकारी त्यांच्या पाळीव कुत्र्यांसह कोकटू येथील वन विश्रामगृहाला वेढा घालून बसल्याचं तिथे हजर असलेलं वनरक्षक राजेश घागरे यांच्याकडून कळलं. त्यांच्या सोबतीला वनमजूर सरदार, कमकुवत बिनतारी संदेश यंत्रणा आणि एक डबल बॅरेल गन इतकीच सामग्री होती.

घागरेंशी पुन्हा संपर्क झाल्यावर अधिक माहिती कळली की, कोकटूपासून दोन कि.मी. अंतरावर असलेल्या आमराई क्रमांक २ पाणवठ्याकडे ते गेले असता त्यांना दोन पाळीव कुत्री दिसली. एवढ्या दुर्गम जंगलात पाळीव कुत्री म्हणजे त्यांचे मालक सोबत असणारच. त्या कुत्र्यांना काही प्रलोभन दाखवत त्यांनी जवळ बोलावलं आणि जवळ येताच त्यांना वन विश्रामगृहाच्या शेडमध्ये कोंडून ठेवलं. कल्पना अशी होती की, दुसऱ्या दिवशी कुत्र्यांना मोकळं सोडून द्यायचं आणि पाठलाग करत त्यांचं मूळ ठिकाण आणि मालकांचा शोध घ्यायचा. परंतु कुत्री कोंडल्यानंतर अर्ध्या तासातच शिकाऱ्यांचा जमाव वन विश्रामगृहावर चाल करून आला. 'कुत्ते छोड दो वरना जान से मार देंगे' अशा धमक्या देत जमावानं दगडफेक सुरू केली. घागरे माणूस तसा हिंमतवान... त्यांनी डबल बॅरेल गन लोड करून आणली आणि प्रति ललकारी देत, 'यहां से तुरंत निकलो वरना गोली मार देंगे.' केवळ एका बंदुकीच्या धाकावर दोन माणसं इतक्या मोठ्या जमावास जास्त वेळ नियंत्रित करू शकणार नव्हती.

बिनतारी संदेश यंत्रणेवर मी घागरेंना सांगितलं, "वन परिक्षेत्राधिकारी पचारे आठ ते दहा लोकांना घेऊन धारगडहून निघाले आहेत. तोपर्यंत तुम्ही बिनतारी यंत्रणेचा आवाज शिकाऱ्यांना ऐकू जाईल इतका मोठा करा आणि त्यांना कळू द्या की मोठी कुमक येऊ घातली आहे. आणीबाणीची स्थिती ओढवल्यास जिवाचा धोका न पत्करता कुत्री

सोडून द्या.'' परंतु घागरेंच्या अंगात त्या वेळी संपूर्ण वीरश्री संचारली होती. ते म्हणाले, ''सर, आम्ही कुत्री तर सोडत नाही. अतिरिक्त कुमक अंधारापूर्वी पोहोचेल तेवढं मात्र पाहा.''

अमरावती ते परतवाडा प्रवासात कोहा, तारुबांदा, ढाकणा, हरिसाल येथील कर्मचाऱ्यांना कोकटूकडे निघण्याच्या तयारीत राहण्याच्या सूचना दिल्या. धारगडचा चमू कोकटू येथे पोहोचल्याचं कळलं आणि महाराज गडावर पोहोचल्याची खूण म्हणून उडवलेल्या तोफांचा आवाज ऐकून बाजीप्रभू देशपांडेला कोण समाधान मिळालं असेल याची प्रचिती आली. आपली माणसं जिवाची बाजी लावून कर्तव्यासाठी उभी आहेत ही भावना रोमांचित करून गेली. शिकारी टोळकं वन विश्रामगृहापासून दूर निघून गेल्याचं कळलं.

आमचं पुढचं लक्ष्य होतं शिकाऱ्यांच्या टोळीची शिकार करण्याचे. शिकारी टोळी रातोरात जंगल सोडून जाणं शक्य नव्हतं. विविध दिशांनी कोकटूकडे कूच केलेल्या कर्मचाऱ्यांना गुलरघाट, खोंगडा, कोहा, ढाकणा, डोलार इ. जागी मुक्काम करण्याच्या सूचना दिल्या गेल्या. कोहा, ढाकणा येथील कर्मचाऱ्यांना प्रत्यक्ष भेटून मी स्वत: डोलार येथे मुक्कामी गेलो. भल्या पहाटे चहूबाजूंनी सहा चमू एकूण साठ ते सत्तर कर्मचाऱ्यांसह कोकटूकडे निघाले. प्रत्येक चमूसोबत किमान एक डबल बॅरल गन होती. आपसात बिनतारी संदेश यंत्रणेद्वारे संपर्कात राहण्याचं ठरलं होतं. डोलार, सालरपाठा, बोरीपाटी मार्गे पायवाटेनं चालणाऱ्या चमूत माझ्यासह दहा जण होते. एव्हाना उजाडलं होतं आणि समोर दोन पहाड दत्त म्हणून उभे होते. उन्हाळ्यात उंचावरून खोल दरीत पाणी प्यायला जाणाऱ्या प्राण्यांच्या पाऊलखुणांमुळे ज्या सगरी तयार होतात त्यांच्या आधारेच हे पहाड चढण्याचं दिव्य पार पाडायचं होतं. छोटी आसेरी आणि मोठी आसेरी अशी नावं असलेलं हे पहाड आम्हाला मात्र त्या वेळी साक्षात अहिरावण आणि महिरावण भासत होते. छोटी आसेरी पायदळी तुडवत दोन कि.मी.चं अंतर कापायला एक तास लागला. काही जणांच्या चालीत आता लंगड आली होती. पहाडमाथ्यावर अल्प काळ विसावलो. तशात दूरवर पंधरा-सोळा जणांची टोळी एका रांगेत मोठ्या आसेरीच्या दिशेनं चालत जाताना दृष्टीस पडली. त्या टोळीच्या वाटेवर पुढे एक पाणवठा असून

त्यांना पाणवठ्यावर गाठता येईल, अशी माहिती आमच्यातील एका स्थानिक मजुराकडून मिळाली. दुर्बिणीतून निरीक्षण केलं असता शिकाऱ्यांच्या सोबत दहा-बारा पाळीव कुत्रीसुद्धा दिसली.

माझ्यासोबत दहा माणसं, त्यापैकी दोन माजी सैनिक. माझ्या कमरेला असलेली नऊ एम.एम.ची एक पिस्तूल आणि एक डबल बॅरल गन... इतक्या 'विपुल' शस्त्रसाठ्यासमवेत आम्ही शिकारी टोळीचा पाठलाग करू लागलो. इतर चमूंनासुद्धा आम्ही सतर्क केले. एकामागे एक रांगेत एक कि.मी.चं अंतर आम्ही पार केलं आणि पाणवठा जवळ आल्यासरशी सगळे दडून बसलो. अपेक्षेप्रमाणे शिकारी पाणवठ्याभोवती तंबाखू चोळत बसले होते आणि त्यांची कुत्री इतस्तत: भटकत होती. सोबतचा माजी सैनिक माझ्या कानात पुटपुटला, "सर, हम नजदीक जाकर अचानक हमला बोल देंगे. अचानक हमले से हम कम होने के बावजूद उनपर हावी होंगे." आम्ही प्रत्यक्ष हल्ला करण्याइतक्या अंतरावर पोहोचताच जोशात आलेल्या माजी सैनिकानं फिल्मी स्टाइलनं ललकारी दिली, "अगर किसीने हिलने की कोशिश की तो भून के रख दूंगा." ....आणि आम्हाला काही कळायच्या आत पूर्ण टोळकं होतं त्या स्थितीत वाट फुटेल तिकडे पसार झालं. तीन-चार कळकट पिशव्या, तीन कुऱ्हाडी आणि दोन कुत्री... ही होती आमच्या जप्त मालाची यादी. एका पिशवीत पूजेचं साहित्य, दुसरीत गव्हाचं पीठ आणि मिरची मिठाचा गोळा. मुद्देमाल ताब्यात घेऊन आम्ही ताबडतोब ते ठिकाण सोडायचं ठरवलं. कारण, अचानक झालेल्या हल्ल्यामुळे डिवचलेली टोळी थोडी उसंत घेऊन पुन्हा संघटित होण्याची शक्यता होती. थोड्याच वेळात आम्ही गुगामल पठारावर पोहोचलो. कोहा येथून निघालेला आमचा एक गट तिथे आमच्यात येऊन मिसळला. आमच्या हल्ल्याच्या धुमश्चक्रीत त्या दिशेनं पळालेला एक शिकारी त्यांनी पकडला होता. हा एकमेव 'अजमल कसाब' हाती लागला होता.

कोकटू येथे पोहोचेपर्यंत आम्ही साठ ते सत्तर लोक एकत्रित झालो होतो. हाती आलेला एकमेव कसाब प्रत्येक इच्छुकाकडून मिळणारा प्रसाद कष्टानं ग्रहण करत होता, पण तोंड उघडायला तयार नव्हता. शेवटी एक अचाट कल्पना कामी पडली. वन विभागाच्या लाडक्या 'लक्ष्मी' हत्तिणीला कसाबच्या पुढ्यात उभं केलं. लक्ष्मी तिच्या सोंडेचा

स्टेथॅस्कोप करून आमच्या कसाबला तपासू लागली तेव्हा मात्र या पक्क्या गड्याची सटारली. लक्ष्मीच्या तपासणीची पुढील पायरी सोंडेत उचलून गरागरा फिरवण्याची असू शकते, असा अंदाज येताच कसाबचं अवसान गळालं. ''साब, पहले हाथी हटाव, सब बताता,'' असं म्हणत तो बयान देण्यास तयार झाला. त्याच्याकडून या शिकारी टोळीचं मूळ गाव कोणतं, ते कळलं. नंतर त्याच्या बयानाच्या आधारे १५-१६ जणांच्या पूर्ण टोळीचा शोध लागला. त्यांच्यावर कायदेशीर कारवाई करण्यास गाव-पंचायतीमुळे पंचाईत झाली. परंतु, काही काळापुरता का होईना सांबरांच्या अवैध शिकारीला आळा बसला.

या प्रसंगात वनरक्षक घोगरे आणि वनमजूर सरदार यांनी आणीबाणीच्या वेळी जे धैर्य दाखवलं त्यास तोड नाही. प्रत्यक्ष रणभूमीवर सीमित साधनं हाताशी असताना सरकारी कर्मचाऱ्यांमध्ये प्रसंगी जी लढवय्येपणाची भावना दिसून येते, तिचं मोल होऊ शकणार नाही.

एका दंडुक्याच्या भरवशावर ए.के.४७ धारण केलेल्या अतिरेक्यांना सामोरं जाऊन धारातीर्थी पडणाऱ्या तुकाराम ओंबाळेसारख्या वर्दीवाल्यांची कर्तव्यनिष्ठा आपण समजून घेऊ तोच सुदिन!

◆

आणि वाघीण
‘खानदान की इज्जत’
विसरली!

अमरावतीपासून १०५ कि.मी. अंतरावर वसलेल्या चिखलदरा या टुमदार थंड हवेच्या ठिकाणी वनविभागाच्या अखत्यारीतील रेंजर कॉलेजचा प्राचार्य म्हणून मी कार्यरत होतो, तेव्हाची ही घटना...

चिखलदऱ्याच्या पश्चिमेकडील टोकाला हे रेंजर कॉलेज वसलेलं आहे. उत्तरेकडील चार हेक्टर जमिनीवर कॉलेजची इमारत, प्रशिक्षणार्थींचं वसतिगृह व क्रीडांगण तर दक्षिणेकडील चार हेक्टर जमिनीवर प्राचार्यांचा सरकारी बंगला आणि इतर क्वार्टर्स.

समुद्रसपाटीपासून ११०० मीटर उंचीवर असलेलं चिखलदरा हे स्थळ ब्रिटिशांनी आरोग्य उपचार स्थळ म्हणून स्थापन केलं होतं. चिखलदरा ते वैराट या सुळक्यावरून जाणारा हा रस्ता भौगोलिकदृष्ट्या पाणलोट रेषा (Watershed line) म्हणून ओळखला जातो. या रस्त्याच्या उत्तरेस पडणारं पावसाचं पाणी तापी नदीच्या 'साक्री' खोऱ्यात जातं तर दक्षिणेस पडणारं पावसाचं पाणी पूर्णा नदीच्या 'पचंबा' खोऱ्यात जातं. साक्री खोऱ्यातून पचंबा खोऱ्याकडे अथवा त्याच्या विरुद्ध अशी हालचाल करू इच्छिणाऱ्या वन्य जीवांना सुळक्यावरील पठार ओलांडण्याशिवाय पर्याय नसतो. रेंजर कॉलेजच्या कुंपणाला लागूनच प्राण्यांच्या आवागमनासाठी सोईस्कर अशी एक खिंड होती. तिथून जंगली प्राण्यांचे आवागमन सुरू असायचं. रेंजर कॉलेजच्या कुंपणाच्या आतूनच सुरक्षितरीत्या वाघ, बिबटे, अस्वल, रानडुक्कर, भेकर, सांबर इ. प्राण्यांचं दर्शन घेता येत असे.

कॉलेजच्या कुंपणावर गस्तीसाठी दोन प्रशिक्षणार्थी आणि एक मजूर असा चमू तयार केला गेला होता. एका संध्याकाळी कुणा जंगली श्वापदानं गाय मारल्याची वार्ता घेऊन ते माझ्या बंगल्यावर आले. त्यांना सोबत घेऊन मी घटनास्थळी पोहोचलो. कुंपणाबाहेर एक गाय मरून पडली होती. जवळून निरीक्षण केलं असता गायीच्या मानेवर सुळ्यांनी पडलेली भोकं होती आणि त्यातून रक्तप्रवाह सुरूच होता. मानेवरच्या सुळ्यांच्या छिद्रांतील अंतर, गायीचं आकारमान आणि पंजांच्या ठशांवरून हा पराक्रम बिबट्याचा असावा, असा अंदाज बांधला. अंधार पडण्यास थोडा अवधी होता, रात्र होताच बिबट्या पुन्हा शिकारीवर येणार, हे निश्चित होतं.

संध्याकाळी लहान, लहान गटात आम्ही घटनास्थळी दाखल

झालो. पाहतो तर काय... बिबट्याचं डिनर आम्ही पोहोचण्याच्या आधीच सुरू झालं होतं. त्यानं पुढच्या पाऊण तासात शांतपणे गायीचा शक्य तेवढा फडशा पाडला. टॉर्चच्या प्रखर उजेडात ते दृश्य पन्नासच्या संख्येनं उपस्थित प्रशिक्षणार्थींनी पाहिलं. प्रशिक्षण काळातील हा अनुभव त्यांना आजीवन स्मरणात राहणार होता.

दुसऱ्या दिवशी सकाळी आम्ही पुन्हा घटनास्थळ गाठलं. बिबट्यानं रात्री अंदाजे दहा एक किलो मांस फस्त केलं होतं. अजून भरपूर मांस शिल्लक असल्यामुळे तिथे बिबट्या पुन्हा येणार होता आणि म्हणूनच त्या जागेचं पर्यटन मूल्य अद्याप अबाधित होतं. झाडाच्या थुटात गायीचा एक पाय अडकल्यामुळे बिबट्या तिला ओढत आडोशाला नेऊ शकत नव्हता आणि हीच बाब आमच्या पथ्यावर पडली होती.

संध्याकाळी पुन्हा बिबट्याचा 'बुफे' पाहण्यासाठी आम्ही अधिकारी, कर्मचारी, प्रशिक्षणार्थी एकत्र आलो. वक्तशीरपणाचा दाखला देत बिबट्या बरोबर साडेसातनंतर आला आणि त्यानं उरलेल्या गायीचा काही भाग सार्थकी लावला. दोन गाड्यांच्या हेडलाइट्समध्ये उपस्थितांनी ते दृश्य चवीनं पाहिलं. सर्वांना चिडीचूप राहण्याच्या सूचना आधीच दिलेल्या होत्या, त्यामुळे बिबट्याच्या भोजन-यज्ञात बाधा उत्पन्न झाली नाही. प्रश्न खाण्याचा असला की तसाही बिबट्या कुणाची शरम बाळगत नसतो. तिसऱ्या दिवशी सकाळी पुन्हा मृत गायीचं निरीक्षण केलं, दहा ते पंधरा किलो गाय अजून कमी झालेली दिसली.

बिबट्याच्या डिनरची वार्ता आता कर्मचाऱ्यांच्या कुटुंबीयांप्रमाणेच तेथून परतवाड्याला मुक्कामी असलेल्या माझ्या पत्नी आणि मुलांपर्यंतसुद्धा पोहोचली आणि संध्याकाळी रेंजर कॉलेजच्या कुंपणात अक्षरश: प्रेक्षक गॅलरीच तयार झाली. सर्वांना आवाज न करता बसण्याच्या सूचना देण्यात आल्या. परंतु बिबट्याला आजच्या व्यवस्थेची चाहूल लागली असावी. आज काही केल्या पाहुणे जेवायला उगवले नाहीत. रात्री आठनंतर त्या परिसरात अस्वलांचा वावर सुरू होतो. त्यामुळे बहुतेकांनी परतीची वाट धरली. मी आणि कुटुंबीय मात्र एका गाडीत बसून राहिलो. काही प्रशिक्षणार्थी सोबतीला होतेच. सुमारे एक तास आम्ही शांतपणे, शिस्तीत बसून होतो. अचानक हाडूक चावून फोडल्यासारखा आवाज आला, लगेच गाडीचा हेडलाइट ऑन केला. गायीच्या अवशेषांपाशी

हालचाल नक्कीच होती. दुर्बीण चिरंजीवांनी डोळ्याला लावली होती. तो म्हणाला, "बाबा, वाघ आहे." मी त्याच्यावर डाफरलो, "अरे शहाण्या, शिकार बिबट्यानं केली आहे. वाघ कसा असणार?" तेवढ्या वेळात त्याच्या हातून मॅडमनी दुर्बीण स्वत:च्या हातात घेतली. तिनं ते दृश्य दुर्बिणीतून नीट बघितलं आणि काही न बोलता दुर्बीण माझ्या हाती दिली. दुर्बिणीतून पुढील दृश्य पाहून मी उडालोच! डोळ्यांवर विश्वास बसेना. एक, दोन, तीन नव्हे... एकूण चार वाघ गायीच्या देहाभोवती होते. माझ्या तोंडून शब्द फुटले, "वाघ! वाघच आहेत!! एक नव्हे चार, चार आहेत !!" पत्नी म्हणाली, "मला आधीच दिसलं होतं. पण मला 'शहाणं' ठरायचं नव्हतं म्हणून मी गप्प बसले." साक्षात चार-चार वाघ समोर असूनही उपहासाची कला न विसरणाऱ्या बायकोचं मला त्याही स्थितीत कौतुक वाटलं. हे अद्‌भुत दृश्य कुणाकुणाला दाखवू असं मला झालं होतं. वसतिगृहावर निरोप धाडला. काही प्रशिक्षणार्थी गाडीपर्यंत येऊन वाघीण आणि तिचे मोठे व्हायला आलेले तीन छावे याची डोळा पाहून गेले.

भोजनाची पहिली फेरी आटोपल्यावर वाघिणीनं उर्वरित ढाचा ओढून झाडीआड नेण्याचा प्रयत्न केला. भक्ष्य ओढून नेण्यामागे नेमका अडथळा कोणता याचं निदान चाणाक्ष वाघिणीनं लगेच केलं होतं. इतकी अक्कल नैसर्गिकरीत्या प्राप्त असल्यामुळेच वाघ घराण्याला जंगलात राजघराण्याचा दर्जा प्राप्त आहे. काही क्षणांत वाघिणीनं दातांनी चावून, चावून गायीच्या पायापासून खूर वेगळे केले आणि उर्वरित ढाचा ओढत झुडपाआड घेऊन गेली.

आधी बिबट्या आणि नंतर वाघ कुटुंबीयांच्या तीन दिवसांपासून सुरू असलेल्या भोजन यज्ञाची आमच्या दृष्टीनं सांगता झाली होती. इतक्या मोठ्या संख्येतील व्याघ्र-दर्शनाची माझी ही पहिलीच वेळ होती. हे अहोभाग्य जंगलात फिरताना नव्हे तर, रेंजर कॉलेजचा प्राचार्य असताना लाभलं, हे विशेष.

चिरंजीवांनी 'वाघ आहे' म्हटल्यावर त्याला 'शहाणा' ठरविण्यामागे 'वाघ दुसऱ्या प्राण्याने केलेली उष्टी शिकार खात नसतो', हा समज होता. 'शेर अपनी शिकार खुद करता है' या ज्ञात नियमाला हा अपवाद होता. बिबट्याची उरलेली शिकार खायला तयार झालेली वाघीण त्या

क्षणी प्रथम भुकेजलेल्या तीन पिलांची आई होती. पिल्लांच्या भुकेपुढे वाघ खानदानाची इज्जत वगैरे तिच्यासाठी दुय्यम बाब होती. पिलांचं पोट भरणं हीच तिची प्रथम प्राथमिकता होती. पोटच्या पिलांसाठी आई कुठल्याही स्तराला जाऊ शकते, याचं ते उदाहरण होतं. तीन छावे मोठे करायचे म्हणजे तिला प्रॅक्टिकल होणं गरजेचं होतं. अख्ख्या जंगलात तिची दहशत असली तरी तिच्या पिलांसाठी ती माधव ज्युलियनांची 'वात्सल्यसिंधू आई'च होती.

◆

जगण्याची उमेद!

वाघ, बिबटे व रानकुत्रे मेळघाटच्या जंगलाचे प्रमुख मांसभक्षक प्राणी... हे तिघेही एकमेकांचे स्पर्धक जरी असले तरी पूर्वीपासून मेळघाटच्या जंगलात सहजीवन जगत आहेत. शिकार करण्याच्या स्पर्धेत त्यांच्यामध्ये अनेक रोमांचकारी लढती झडल्या आहेत. वाघ आणि बिबट्याच्या तुलनेत रानकुत्र्यांचं आकारमान लहान असले तरी बळकट झुंड भावनेतून त्यांच्यापेक्षा सर्वार्थानं सबळ अशा प्राण्यांसोबत पंगा घेण्याचं धाडस ते करतात, इतकंच नव्हे, तर अनेकदा त्यांना हुसकावून लावण्यातही यशस्वी होतात. वाघ, बिबटे आणि रानकुत्रे एकाच वनक्षेत्रात निवास करत असले तरी त्यांच्या सावजांच्या निवडीत आकार आणि प्रकाराच्या बाबतीत तफावत असते. तांत्रिकदृष्ट्या त्याला Ecological Niche असं म्हणतात. सावजाच्या निवडीतील तफावतीचं कारण वाघाला अमुक एक प्राण्याची चव आवडते, बिबट्याला तमुकच प्राणी गोड लागतो आणि रानकुत्र्याला तिखट प्राणी आवडतो असे काही नियम नसून त्याला कारण आहे प्रत्येकाची शारीरिक क्षमता, एकट्यानं किंवा कळपानं राहण्याचा मूळ स्वभाव आणि सावज मारणे व खाण्याची विशिष्ट पद्धत... त्यामुळे प्रत्येकाला अन्नसाखळीत एक आगळं स्थान प्राप्त झालं आहे.

जंगलाचा राजा असलेल्या वाघाचा आहार बनण्याचं भाग्य (!) सहसा आकारानं मोठे प्राणी जसे रानगवा, सांबर, रानडुक्कर, रेडा, म्हैस, बैल, मोठ्या आकाराची गाय यांना लाभतं. बिबटे मात्र लहान तोंडी मोठा घास घेत नाहीत. असल्या 'हेवी वेट' सावजांच्या तो नादी लागत नाही. झेपते तेवढे करावे या नियमाप्रमाणे बिबट्या सांबराची पिल्लं, चितळ, भेकर, गायीचं वासरू, पाळीव कुत्री अशा 'लाइट वेट' सावजांना लक्ष्य करतो. जंगली श्वापदं असली तरी सनदी लेखापालाप्रमाणे त्यांनाही कॉस्ट बेनिफिट सिद्धान्त कळतो. मोठी शिकार करायला वाघाला जितके श्रम पडले त्याच्या प्रमाणात म्हणजेच किमान आठवडाभर त्याच्या पोटाचा प्रश्न सुटायला हवा. हे झालं श्रमाच्या योग्य मोबदल्याचं तत्त्व. याला अपवादही असतात. पश्चिम बंगालमधील सुंदरबनच्या कांदळ वनात हरीण प्रजातीची कमतरता असल्यानं मासे खाऊन वाघ उदरनिर्वाह करतात. मेळघाटात नाल्यांमधील दगड बाजूला सारून खेकड्यांच्या शोधात असलेले वाघ पाहण्यात आले आहेत. सायाळची

शिकार करण्याच्या प्रयत्नात अनेकदा वाघाच्या पंजात त्याचा काटा रुतून बसतो. हा काटा सहजासहजी काढता आला तर ठीक, अन्यथा जखमेत संसर्ग झाल्यानं वाघाचं चालणं-फिरणं बंद होऊन शिकारीच्या अभावी त्याच्यावर उपासमारीची वेळ येऊ शकते. तरीही अशा अपवादांमुळे वाघाच्या राजबिंडेपणाला बाधा येते, असं मुळीच नाही.

वाघ हा राजबिंडा, खानदानी आब असलेला प्राणी आहे. तो सहसा मानवी वस्तीकडे फिरकत नाही. पाळीव कुत्र्यांची शिकार करण्याचा सवंगपणा तो करत नाही. माकडांच्या मर्कटलीलाही तो मोठ्या मनानं दुर्लक्षित करतो. वाघाला झाडावर चढण्याचं कौशल्य प्राप्त नसतं. उभ्या झाडावर तो फार तर दहा फुटांपर्यंत चढू शकतो. त्याच्या रुबाबदार व्यक्तिमत्त्वाला झाडावरील माकडचेष्टा तशाही शोभून दिसल्या नसत्याच. मेळघाटाच्या जंगलात वाघ आणि रानडुकरांच्या झुंजीचे अनेक किस्से सांगितले जातात. वाघ आणि रानडुकरांच्या टोळीची खुन्नस रात्रभर रंगते. रानडुकरांचा कळप वाघांच्या पुढ्यात आल्यास सर्व रानडुकरं मिळेल त्या झाडाला पृष्ठभाग टेकवून आक्रमणासाठी सज्ज होतात. वाघ समोर आल्यास जोरात आवाज करून त्याच्या अंगावर धाव घेतात. वाघ मागे सरला की लगेच झाडापाशी जाऊन पूर्वस्थितीत उभी राहतात. वाघ सहसा कुठल्याही सावजावर समोरून हल्ला करत नाही. कारण समोरून हल्ला केल्यास रानडुकरासारखे असे-तसे प्राणीही तोंडी लागून छोटी-मोठी जखम करू शकतात. स्वत:ला जखम होईल अशी कोणतीही जोखीम वाघ कधीच घेत नाही. वाघ सहसा मागून, गनिमी काव्यानं हल्ला करतो आणि सावजाला बेसावध अवस्थेत गाठतो. पश्चिम बंगालच्या सुंदरबनमध्ये मध गोळा करायला जाणाऱ्या मजुरांवर वाघ पाठीमागून हल्ले करायचे. त्यावर उपाय म्हणून सर्व मजुरांनी डोक्याच्या मागच्या बाजूला मानवी मुखवटे लावण्याची क्लृप्ती वापरली आणि वाघ गोंधळून गेले.

बिबट्या झाडावर सहजपणे चढू शकतो. त्यामुळे माकडं त्याच्या हाती लागतात. माकड, पाळीव कुत्रे अशा छोट्या सावजांच्या नादी लागण्याचं काम बिबट्याचं. अत्यंत बेरका स्वभाव असलेला बिबट्या पाळीव कुत्र्यांच्या शिकारीसाठी मानवी वस्तीकडे चक्कर घालण्याचं अप्रूपसुद्धा करून जातो. शिवाय रानकुत्र्यांच्या टोळक्याच्या तावडीत

सापडल्यास झरझर चढून तो झाडावर जाऊन बसतो. रानकुत्रेही त्याची खाली येण्याची वाट पाहत झाडाखाली तासन्तास ठिय्या देतात. बिबट्याचा झाडावरचा वावर इतका सहज असतो की तो एखाद्या सोयीच्या फांदीवर पाय पसरवून लोड-तक्के लावून बसल्यासारखा आरामात बसू शकतो.

बिबटे रात्रीच्या वेळी झोपलेल्या अवस्थेतील पाळीव कुत्री हाती लागल्यास उचलून नेतात. झोपेत असलेल्या लहान मुलांनासुद्धा बिबट्या लहान आकाराचं सावज समजून अनाहूतपणे उचलू शकतो. आपण एखाद्या प्राणिसंग्रहालयात गेल्यास आपल्या लक्षात येईल की, तेथील वाघ, बिबटे हे प्राणी माणसांच्या कडेवरील लहान मुलांवर नजर ठेवून असतात. त्यांना ते लहान आकाराचं सावज असल्याचा भास होत असतो.

वाघ आणि बिबटे हे दोघेही रात्रपाळी करणारे निशाचर. दिवसभर ते थंड कड्याकपारीत किंवा झाडांच्या सावलीत पहुडलेले असतात. त्यांची कर्तव्याची वेळ रात्रीची... या उलट रानकुत्री रात्रभर खुल्या जागेत पेंगत असतात. दिवसा मात्र सावज घेरून मारण्याच्या त्यांच्या कुप्रसिद्ध पद्धतीवर ते अंमल करत असतात. टोळीनं सावजाचा पाठलाग करायचा, सावजाची दमछाक होऊ द्यायची आणि मग त्याला उभा फाडायचा, ही रानकुत्र्यांची पद्धत अत्यंत क्रूर असते. सांबर, हरिणासारखं सावज हाती आल्यास वाघासारखे प्राणी त्याच्या नरडीचा घोट घेऊन आधी त्याला ठार करतात आणि नंतरच त्याचा देह पुरवून पुरवून खातात. परंतु रानकुत्र्यांना तेवढा धीर नसतो. टोळीतील एक-एक सदस्य ज्याला जिकडून मिळेल तसे उभ्या सावजाचे लचके तोडतात. सावज गतप्राण होण्याआधीच अर्धाअधिक फस्त झालेला असतो. नंतर कधी तरी त्याचा मृत्यू होतो. वार्धक्यामुळे किंवा शरीराला काही इजा झाल्यामुळे शिकार करणं अशक्य झालेले वाघ पाळीव प्राण्यांची शिकार करायला धजावतात.

जंगलात आकस्मिकरीत्या समोर आलेला माणूस वाघासोबत झटापटीत मारला गेला तर तो वाघाचे भक्ष्य होऊ शकतो. परंतु, काही ठोस कारण नसल्यास वाघ कदापि मनुष्याच्या वाटेला जात नाही. या सर्वांना अपवाद ठरणारे प्रसंगही अनेकदा घडत असतात. सावज मारल्यानंतर

वाघ आणि बिबटे यांच्या खाण्याच्या पद्धतीवरून शिकार कोणी केली हे खात्रीपूर्वक सांगता येतं. बिबट्या पोटाच्या बाजूनं खाण्यास सुरुवात करतो त्यामुळे पोटाचा लादा फुटून दुर्गंधी पसरते. त्या विपरीत वाघ आधी पुठ्याचा मांसल भाग लक्ष्य करतो आणि मागील भाग खाऊन झाल्यावर पोटाचा लादा फुटू न देता अलगद बाजूला सारतो. पहिली शिकार चाटून पुसून संपवल्यानंतरच दुसऱ्या शिकारीचा तो विचार करतो. गरजेपेक्षा अधिक साठवून ठेवण्याची मानवी लालसा त्यांच्यात नसते. जंगलातील प्रत्येक प्राण्याच्या सवयी, जीवनपद्धती, आवडी-निवडी वेगवेगळ्या. तरीही सावज असो वा शिकारी प्राणी, जगण्याची उमेद ते सोडत नाहीत. शिकारी प्राणी आक्रमकपणे, तर त्यांची सावजे भिडस्त सामान्य माणसांप्रमाणे जगत असतात. परंतु कुणीही जीवनाला नकार देत नाही. जीवनात नैराश्य येणं, प्रसंगी जीवनाचा अंत करून घेण्यापर्यंतचं टोक गाठणं... असले प्रकार सर्वांत बुद्धिवान प्राणी असलेल्या मानवाच्या वाट्यालाच का यावे? गरजेपेक्षा अधिक संग्रह करण्याच्या मानवी वृत्तीमुळे ही परिस्थिती उद्भवत असावी. वन्यजीवांच्या सहजवृत्तीतून मनुष्य काही शिकेल काय?

◆

शोकांत

विधानसभेचं हिवाळी अधिवेशन नागपूरला ऐन भरात सुरू होतं. त्यानिमित्तानं करण्याच्या कार्यालयीन कामांच्या पूर्ततेत आम्ही व्यस्त होतो. तशात पूर्व विदर्भातील सुप्रसिद्ध पर्यटनस्थळ रामटेक येथे एक धष्टपुष्ट रानगवा गावक्षेत्रात घुसल्याची वार्ता कार्यालयात पोहोचली.

माझ्याकरीता मुख्य वन्यजीवरक्षकांचा निरोप येऊन थडकला. रानगव्याला Tranquilise करून (भूल देणारे औषध देऊन) त्याची रवानगी परत वनक्षेत्रात करण्यासाठी मला पाचारण करण्यात आले होते. ह्या कामाचं माझं प्रशिक्षण उत्तम तऱ्हेनं झालं होतं परंतु अशा कार्याचा प्रत्यक्ष अनुभव केवळ शून्य होता. मी तांत्रिक सबबी सांगून युद्धभूमीवर जाण्याचं टाळण्याचा प्रयत्न केला. त्यानंतरच्या घडामोडींनी मात्र परतीचे दोर कापले गेले. मुख्य वन्यजीव संरक्षकांचा मला थेट दूरध्वनी आला.

११.००च्या सुमारास परतवाडा सोडलं. प्रत्यक्ष घटनास्थळी पोहोचेपर्यंत हिवाळ्यातील सूर्य मावळतीला लागला होता. बघ्यांची गर्दी आटोक्यात आली होती आणि साडेतीनशे कि.मी.ची मजल मारत ज्या सिलेब्रिटीकरीता आम्ही प्रस्तुत झालो होतो, ते रानम्हसोबा शांतपणे एका मोठ्या झाडाखाली रवंथ करत बसले होते. अर्ध्या विदर्भात आपलं नाव गाजतं आहे, आपण प्रसिद्धीच्या शिखरावर आहोत ह्याची, अव्वल दर्जाची स्थितप्रज्ञता साध्य केलेल्या त्या महाऋषीस गंधवार्ताही नव्हती.

"काळोख होण्यात आहे. गुंगीचं औषध दिल्यानंतर सातशे किलोच्या महाकाय शरीरात भिनण्यास त्याला वीस ते तीस मिनिटांचा अवधी लागेल. त्यानंतर ते धूड वाहनात चढवायचे, त्याला जंगलक्षेत्रापर्यंत बेशुद्धावस्थेत वाहून न्यायचं. नंतर त्याला गुंग़ीच्या औषधावर उतार म्हणून दुसरं औषध द्यायचं. त्यानंतर काही वेळानंतर तो अजस्त्र देह सजग होईल आणि चालू लागेल.' इतर सगळे अधिकारी माझं म्हणणं लक्षपूर्वक ऐकत होते. काळोखात हे सगळं करताना होऊ शकणाऱ्या संभाव्य चुकांची भीती सगळ्यांच्या मनात घालण्यात मी बऱ्यापैकी यशस्वी ठरलो.

"चला, उद्या सकाळीच करू." निर्णय झाला.

पूर्ण वरात नागपूरला परतली. ह्या कामाचं प्रशिक्षण व अनुभव प्राप्त असलेले वरिष्ठ वनाधिकारी कळसकरसुद्धा ह्या मोहिमेत सहभागी होण्यासाठी रात्री नागपूरला येऊन पोहोचले. आता आम्ही दोघे भूल-तज्ज्ञ मोहिमेत

होतो. एक से भले दो.

दुसऱ्या दिवशी भल्या पहाटे मोहीम सुरू करण्यामागे माझा उद्देश होता तो गर्दी टाळण्याचा. परंतु फुकट मनोरंजन होणार म्हणून पुरेशी गर्दी प्रातर्विधी न उरकताच तेथे येऊन बसली होती. कालच्यापेक्षा अधिकच स्थितप्रज्ञतेनं सत्कारमूर्ती एका शेतधुऱ्याच्या उंचवट्याचा आडोसा घेऊन शांत बसले होते. अचुकता साधण्यासाठी बंदुकीऐवजी पिस्तुलानं इंजेक्शन डागावं, असं मी ठरवलं. पिस्तुलाच्या प्रभावी माऱ्याकरीता गव्याच्या किमान वीस मीटर जवळ जाणं आवश्यक होतं. मी जसजसा जवळ जाऊ लागलो, आमचा धिप्पाड मित्र सतर्क होऊ लागला. माझ्यातलं आणि त्याचं अंतर जेमतेम वीस मिटरचं उरलं असावं. 'आता लय झालं' अशा आविर्भावात रानगवा जागीच उठून उभा राहिला. माझ्याकडे नजर रोखून पाहू लागला. एव्हाना रानगव्याला त्याचा असली दुश्मन कोण ह्या गोष्टीचा अंदाज आला होता. मानेला झटका देत त्यानं एकदा शिंग उगारलं आणि मला 'मागे फिरा' असा निर्वाणीचा इशारा दिला. मी दोन पावले अधिक पुढे गेलो. आपल्या फेंदारलेल्या नाकातून तो संतापानं फुसांडला. टेक ऑफ घेण्यासाठी त्याने मागील दोन पायांनी माती फेकली आणि उसेन बोल्टसारखा पवित्रा घेतला. अजूनही 'मी तुला घाबरत नाही' असं माझं त्याला बळेच दाखवणं सुरूच होतं. रानगव्यानं जोरदार फुत्कार टाकला, घोड्याप्रमाणे समोरचे दोन्ही पाय वर उचलले, त्याच गतीनं ते जमिनीवर आणले आणि एका झेपीत धुऱ्यावरील मातीचा उंचवटा त्यानं पार केला. मीसुद्धा चपळाईनं मागे वळलो. पण धडपडीत जागीच आडवा झालो. शेतातील काळ्या मातीच्या ढेकळांवर पडल्या-पडल्या मागे पाहिले तो गवा माझ्या अंगावरून झेप घेऊन पार झालेला दिसला. म्हणजे पडलो नसतो तर गव्याच्या धडकेनं माझ्या ठिकऱ्या उडाल्या असत्या. गव्यानं आता मला सोडून कळसकरांची पाठ धरली. कळसकर पाठमोरे पळत होतं आणि बेफाम झालेला रानगवा त्यांना शिंगानं उचलून फेकण्याचा पवित्रा घेऊन त्यांचा पाठलाग करत होता. कळसकर सरळ न पळता डावीकडे वळले आणि वाचले. रानगवा गर्दीच्या दिशेनं पळत राहिला. बघ्यांमध्ये खळबळ उडाली. चेंगराचेंगरीत लोकांच्या पायातील चपलांचा खच पडला. गवा गर्दी मागे टाकत विजयी वीराप्रमाणे रेल्वे रुळापर्यंत जाऊन थबकला.

पहिली फेरी रानम्हसोबांनी जिंकली होती. 'वाचलास रे बाबा, हृदयाचे ठोके कसे चुकतात हे आज प्रत्यक्ष अनुभवलं!' अशी मुख्य वन्यजीव संरक्षकांची प्रतिक्रिया होती.

आमचे सत्कारमूर्ती आता सर्वांचा नाद सोडून रेल्वेरूळ ओलांडून एका कालव्याच्या बाजूला असलेल्या हिरवळीवर ताव मारत होते. पुढील प्रयत्न तीस ते चाळीस मिटर अंतरावरून करण्यासाठी आता मी बंदूक निवडली. दरम्यान बेसुमार सल्ले, उपदेश आणि तिरसट टीका कानावर पडत होती. अचानक जाणवलं, की त्या मुक्या प्राण्याच्या त्रासातून नागरी वस्तीला वाचवणं ही आपली मोहीम नसून बेशिस्त जमावाच्या वस्तीतून त्या भरभक्कम वन्य जीवास त्याच्या नैसर्गिक अधिवासात सुखरूप पोहोचवणं अधिक गरजेचं आहे. तो आणि मी कुठेतरी एकाच मानसिक अवस्थेत होतो. कुठल्याही गुन्ह्याशिवाय आम्ही गर्दीच्या निशाण्यावर आलो होतो.

पुन्हा एकदा गर्दीकडे दुर्लक्ष करीत मी पुढे सरसावलो. आवश्यक तेवढ्या अंतरावर पोहोचताच बंदुकीचा चाप दाबला. नेम अचूक साधला गेला. बंदुकीच्या नळीतून सुटलेलं इंजेक्शन रानगव्याच्या खांद्यावर जाऊन धडकलं. परंतु ते त्याच्या खांद्यावर अडकून न पडता तेथून टप्पा घेऊन नजीकच्या पाटाच्या पाण्यात जाऊन पडलं. अशा प्रकारच्या सिरींजमध्ये एक छोटा स्फोटक असतो. ज्या क्षणी इंजेक्शन शरीरावर जाऊन थडकतं त्याच क्षणी आतल्या कार्ट्रिजचा स्फोट होतो आणि औषधाची शरीरात पेरणी होतं. सिरींजची शरीराला चिटकून राहण्याची गरज नसते. इतकी तांत्रिक माहिती सर्व प्रेक्षकांना सांगणं शक्य नव्हतं.

गर्दीतून बघे विचित्र कॉमेंट्स करत होतं. 'नेम चुकला वाटते', 'साहेबाचा निशाना ज्यमला नाही', 'याईच्या बसच काम नाही दिसत' इ.इ.

रानगव्याच्या हालचाली मंदावू लागल्या होत्या. परंतू प्रेक्षक अधीर झाले होते. त्यांना दिलेल्या धीर धरण्याच्या सूचनांची यथेच्छ खिल्ली उडविली जात होती. शेवटी लोकांच्या वाढत्या दबावामुळे, दुसऱ्या इंजेक्शनची तयारी केवळ वेळकाढूपणा म्हणून सुरू केली. इंजेक्शनमुळे शांत झालेला गवा आता एका झाडाच्या सावलीला येऊन उभा राहिला होता. सुस्त वाटत होता पण आडवा झाला नव्हता. मी परत एक इंजेक्शन डागलं. पुढील दोन-तीन मिनिटांतच गवा खाली बसला.

थोड्या वेळात त्याची उरलीसुरली शुद्ध गेली आणि तो आडवा झाला. मोहिमेचा पहिला भाग पूर्णत्वास गेला होता.

महत्प्रयासानं गव्याचा देह ट्रॅक्टरच्या ट्रॉलीत चढवला गेला. रानगव्यास वनक्षेत्रापर्यंत ट्रॅक्टरनं नेण्यास चाळीस ते पंचेचाळीस मिनिटं लागली. एव्हाना गुंगीच्या औषधाचा परिणाम कमी होऊ लागला होता. हळूहळू शरीराची हालचाल दिसू लागली. सकाळपासूनच्या धडपडीचं चीज झालं होतं. रानगवा सुखरूप जंगलात पोहोचला होता. उपस्थित उच्चाधिकाऱ्यांनी आमचं अभिनंदन केलं. आम्ही सगळे आपापल्या नियमित कर्तव्यावर परतलो. उशिरा झोपी गेलेलो सकाळी नेहमीच्या वेळी उठलो. आणि कालच्या यशस्वी मोहिमेतून मिळालेल्या आनंदावर विरजण पडलं. वन-कर्मचाऱ्यानं बातमी आणली, तो रानगवा गतप्राण झाल्याची.

रानगव्याच्या मृत्यूमुळे आम्ही केलेली मेहनत, घेतलेली जिवाची जोखीम या साऱ्यावर पाणी पडलं. अति श्रमामुळे हृदयक्रिया बंद पडून तो गवा मृत्युमुखी पडल्याचा निष्कर्ष निघाला होता. रानगव्याच्या मृत्युमुळेसुद्धा माणसाच्या जिवाची घालमेल होऊ शकते, हे सत्य त्या क्षणी उमजलं. ह्या कथेच्या शोकान्तामुळे आम्ही अधिकारी अधिक अनुभवसमृद्ध आणि प्रगल्भ झालो होतो.

◆

बिबट्याला मिळाले जीवदान...

धामणगाव गढी हे गाव परतवाडा ते चिखलदरा मार्गावर आहे. गावातील जगन्नाथ पाटील हे एका मध्यम आकाराच्या जमिनीचे मालक. शेतात एका कोपऱ्याला साधारण आकाराची दगडात बांधलेली विहीर.

'भाऊ, विहिरीत दोन बिबटे पडले आहेत. माणसं गर्दी करून राह्यले.' सकाळच्या वेळीच त्यांच्या बगीच्यातला सोकारी धापा टाकत आला. पाटील आणि सोकारी शेतात पोहोचले. पाटलांनी विहिरीत डोकावलं तर एक मध्यम आकाराचा बिबट्या आत पडला होता. त्याची पूर्ण वाढ झालेली नसली तरी तो बच्चा नव्हता. एका खडकाला समोरच्या दोन पंजांनी धरून तो वर पाहत होता. लगेच त्याने खडकावरील पंजाची पकड सोडली आणि पाण्यात गोल रेषेत पोहू लागला. थकवा आला की खडकाला धरणे, पंजांना कळ लागली की पुन्हा पोहणे असा त्याचा क्रम सुरू होता. सोबतच एक बच्चाही पाण्यात तरंगत होता. पाटलांनी वनविभाग आणि पोलीस स्टेशनला सूचना दिली. थोड्याच वेळात तिथे वनपरिक्षेत्राधिकारी संजय जगताप आणि पोलीस दाखल झाले. आम्हाला परतवाड्याच्या कार्यालयात निरोप मिळाला, आम्हीही लगेचच पोहोचलो. बिबट्या एका खडकाला धरून वर पाहत होता. त्याच्या नजरेत थकवा, चीड, आश्चर्य असे मिश्र भाव होते. तरी आक्रमकतेचा पवित्रा मात्र अस्सल होता, याचना नव्हती. मांजरवर्गीय प्राण्यांचे हेच वैशिष्ट्य आहे. कुठल्याही परिस्थितीत त्यांच्या चेहऱ्यावर अजिजी नसते. संकटात तो असतो, पण गंमत बघायला आलेले बघेच घाबरलेले असतात. दुर्बिणीतून निरीक्षण केल्यावर तरंगणारा दुसरा प्राणी बिबट्या नसून मोठ्या आकाराचा बोक्या होता. हे लक्षात आले. तो गतप्राण झाला असल्याची खात्री पटली. विहिरीत आधाराला फक्त एकच खडक होता म्हणून बिबट्या तर वाचला पण बोक्याला जलसमाधी मिळाली असावी.

गावातीलच एकाच्या घरून बांबूची शिडी आणली आणि दोर बांधून खाली सोडली. बिबट्याच्या जवळ शिडी पोहोचताक्षणीच त्यानं खडकावरील पकड सोडून शिडी धरली. लगेच शिडीच्या दोन पायऱ्या तो चढला, त्यानं वर पहिलं. आम्ही सगळे विहिरीच्या कठड्याभोवती उभे राहून खाली पाहत होतो. बिबट्याला एकाच वेळी अनेक वटारलेले डोळे दिसले. वर जाण्यापेक्षा खालीच बरे, असा निर्णय घेऊन त्याने

परत पाण्यात उडी घेतली. मग उपलब्ध झाडांच्या फांद्या, लाकडी फळ्या एकत्र केल्या गेल्या. त्यांच्या वरच्या बाजूला शिडी बांधण्यात आली. हा जुगाड विहिरीत सोडून बिबट्याची प्रतीक्षा करत बसलो. अर्ध्या तासात बिबट्याच्या लक्षात आलं की जुगाडाची व्यवस्था त्याच्या सन्मानार्थच केली गेली आहे. शिडीच्या आधारे आता तो सावधपणे वर येऊ लागला. जवळ आल्यावर विहिरीत डोकावणारी डोळ्यांची गर्दी बिबट्याला पुन्हा एकदा दिसली आणि त्यानं पुन्हा एकदा निषेध नोंदवत पाण्यात उडी घेतली. इकडे बचाव कार्यासाठी आलेली आमची 'उच्च'स्तरीय टीम पुन्हा नवीन तिकडम भिडवण्यावर विचार करू लागली. पोलिसांनी आता 'नो एंट्री झोन' विहिरीपासून पन्नास मीटर अंतरावर निश्चित केला. परंतु खाकीवाल्यांना न जुमानणारे काही स्थानिक खादीधारी आत शिरकाव करतच होते. सर्वांना आपलं मोठेपण दाखवायचं होतं. बिबट्या मात्र सर्वांच्या मोठेपणाचं सुरू असलेलं अस्थानी प्रदर्शन आटोपण्याची प्रतीक्षा करीत होता. बघ्यांची गर्दी ओसरण्याची वाट पाहणे ह्याशिवाय आम्हालाही पर्याय नव्हता. संध्याकाळी गर्दी ओसरल्यावर बिबट्या आपोआप बाहेर येऊन जंगलाची वाट धरेल, असा आमचा अंदाज. अजून चार-पाच तासांचा प्रश्न होता. बंदोबस्त पुरेसा असल्याने संध्याकाळी परत तिथे येण्याचा निर्णय घेऊन आम्ही घटनास्थळ सोडलं.

तासाभरातच कार्यालयासमोर दोन जीप आणि दहा-पंधरा कर्मचारी धडकले. म्हणाले, "सर, आम्ही बिबट घेऊन आलो." मी खुर्चीतून उठून लगेच बाहेर आलो. बघतो तर एका जीपच्या मागील भागात नायलॉन जाळीमध्ये बिबट्या गुंडाळलेला आणि चार कर्मचारी त्यावर पाय ठेवून सीट वर बसले होते. वन कर्मचाऱ्यांचा चमू आणि पोलीस कर्मचारी युद्ध जिंकून परत आल्याच्या आविर्भावात होते आणि त्यांच्या मागे बघ्यांची गर्दी होती. त्यातील वरिष्ठ वनरक्षकास विचारलं, "बिबट्याला धरलं कशाला? त्याला तर जंगलात जाऊ द्यायचं असे आदेश दिले होते ना?" तेव्हा झालेला प्रकार कळला...

"गर्दी मागे हटल्यावर, गावकऱ्यांच्या मदतीनं आम्ही एक लाकडी बंगळी आणली. दोरांच्या साहाय्यानं तिला विहिरीत सोडलं. वन परिक्षेत्राधिकारी संजय जगताप निर्देश देत होते. एकटे जगतापच विहिरीत डोकावून पाहत होते. बंगळी पाण्याच्या स्तरावर पोहोचताच

बिबट्यानं त्या सिंहासनावर विराजमान व्हायचं कबूल केलं. वर येऊ लागलेली बंगळी विहिरीच्या कठड्याच्या थोडी खाली असतानाच बिबट्यानं विहिरीबाहेर उडी घेतली. खुल्या शेतात गर्दीच्या विरुद्ध दिशेला तो पळाला आणि एका निंबाच्या झाडाखाली विसावला. आता बघ्यांची गर्दी आटोक्यात येईना. शेवटी पोलिसांना हवेत गोळीबार करावा लागला. बिबट्याला अजिबात न डिवचता सहजपणे जंगलाकडे जाऊ द्यावे अशा सूचना असल्यामुळे आम्ही सगळे निवांत बगिच्यातील ताजी संत्री खात बसलो होतो.

"आम्हाला न विचारता एक पोलीस हवालदार बिबट्याच्या जवळ गेला आणि हातातील झाडाच्या फांदीनं त्यास ढोसू लागला. आधी काही क्षण बिबट्यानं दुर्लक्ष केलं. पण पुन्हा एकदा हवालदारानं ढोसताक्षणी तो उसळला आणि त्यानं हवालदाराच्या अंगावर झेप घेतली. घाबरलेला हवालदार जमिनीवर चित पडला आणि बिबट त्याच्या छातीवर चढला. आम्ही सगळे वनरक्षक कबड्डीत गड्यावर धावून जातात तसे बिबट्यावर धावून गेलो. बिबट्या आकारानं फार मोठा नव्हता. ज्याच्या हाती बिबट्याचा जो अवयव येईल तो त्यानं दाबून धरला. उताणा पडलेला पोलीस, त्याच्या अंगावर बिबट्या आणि त्यावर आम्ही सात-आठ जण, असं दृश्य होतं. आधीच थकलेला बिबट्या नियंत्रणात आला. जाळी आणि दोरांनी बांधून त्याला जेरबंद करण्यात आलं. हवालदाराचे प्राण वाचवले गेले. हवालदाराच्या हाताला झालेल्या किरकोळ जखमा वगळता मोठी इजा झाली नव्हती. जीवनमरणाचा प्रश्न होता म्हणून आपल्या आदेशाविरुद्ध जाऊन कारवाई केली."

अमरावतीवरून तत्कालीन डीएसपी भाल साहेब आणि डीसीएफ जरनैल सिंह परतवाड्यापर्यंत पोहोचले होते. एसपी साहेबांनी त्यांच्या हवालदारास घटनाक्रम विचारला. त्यानं संगितलं, 'साहेब, ये लोग तो सिर्फ बगीचेमे संत्रे खाने का काम कर रहे थे. मै अकेलाही बिबट्या के पास गया, तो वो मेरे आंग पे आया. मैने एक हात उसके जबडे मे दिया और उसको अच्छी धोबी पछाड दी. बिबट्या को गिरा दिया." त्या हवालदाराच्या 'सुरमा भोपाली' टाइप थापा एस.पी. साहेबांसमोर पचल्या. त्यांनी लगेच पाकिटातून पंधराशे रुपये काढून त्यास बक्षीस दिले. नंतर बिबट्याला जंगलात सुखरूप सोडून देण्यात आले.

पोलीस हवालदारानं केलेला प्रकार जोखीमपूर्ण होता. आता साधनसामग्रीची स्थिती तेव्हापेक्षा चांगली आहे. प्रशिक्षित कर्मचारीसुद्धा आहेत. परंतु अशा वेळी बघ्यांनी शांत राहणे आणि पुढाऱ्यांनी मागे राहणे यातच शहाणपण असतं; पण भारतात हे कुणी कुणास सांगावं, हा प्रश्नच आहे. अशा अनुशासनहीन आणि अतिउत्साही गर्दीत वन्यप्राण्यानं कुणास जखमी केल्यास त्याचा दोष त्या प्राण्यांवर येतो. माणसे माणसांसारखी केव्हा वागू लागतील ह्याची जंगलातील प्राण्यांना प्रतीक्षा असावी.

◆

थप्पड की गुंज

मेळघाट व्याघ्र प्रकल्पाच्या नैऋत्य दिशेच्या टोकावर तापी नदी वाहते. बेलाच्या झाडांच्या विपुलतेमुळे त्या गावाचं नाव पडलं रंगूबेली. खापरा आणि तापी नद्यांच्या संगमामुळे पाण्याची श्रीमंती आणि तेथील समतल पृष्ठभाग ह्या कारणांमुळे तिथे घनदाट हिरवं जंगल आहे आणि म्हणूनच जंगली प्राण्यांची ह्या भागात रेलचेल असते.

तापी नदीचं विस्तीर्ण पात्र महाराष्ट्र व मध्य प्रदेशची नैसर्गिक सीमा. नदीच्या उत्तरेला मध्य प्रदेशात दामजीपुरा नावाचं गाव आहे. महाराष्ट्राच्या बाजूनं दाट जंगल तर पलीकडे मध्य प्रदेशाचा नदीकाठ बोडका झालेला. त्यामुळे तिकडच्या आदिवासींना लाकूड, बांबू, इत्यादी मूलभूत गरजांच्या पूर्ततेसाठी नदीच्या अलीकडचं महाराष्ट्रातील हिरवंकंच जंगल खुणावत असतं. रंगूबेली, कुंड, खामदाखेडा, किन्हीखेडा व खोकमारसारखी किरकोळ गावं मिळून ती पंचक्रोशी तयार झाली होती. तापी नदीनं आखलेली ठळक सीमा दैनंदिन व्यवहारात निष्प्रभ ठरली होती. त्यामुळे वन विभागासाठी वन्यजीव व्यवस्थापन हा विषय अत्यंत कटकटीचा होऊन बसला होता. अतिदुर्गम अशा या भागात नेमणूक स्वीकारण्यास कुणीही सहजासहजी तयार होत नसे. अशा विपरीत परिस्थितीत दणकट व्यक्तिमत्त्व आणि मजबूत बांधा लाभलेले खडके नावाचे एक वनपाल मोठ्या हिमतीनं आणि इमाने-इतबारे आपले कर्तव्य पार पाडत होते.

एके दिवशी परतवाड्याला माझ्या कार्यालयात खडके आले आणि मला सांगू लागले, ‘‘सर, मी दामजीपुऱ्याच्या बाजारात गेलो तेव्हा खबर मिळाली की, मध्य प्रदेशातील एकाला वाघानं घायाळ केलं आहे. म.प्र.वनविभागातर्फे त्यास तात्पुरती आर्थिक मदत देण्यात आली असून त्याला मोहट्टा बाजार इथे वैद्यकीय उपचारार्थ नेलं आहे.’’ त्यावर मी म्हटलं, ‘‘ठीक आहे. म.प्र. वनविभागाच्या अधिकाऱ्यांनी योग्य तेच केलं आहे.’’ त्यावर ते दबक्या आवाजात बोलले, ‘‘सर, हे प्रकरण वाटतं तितकं सरळ नाही. बातमी अशीही आहे की, जखमी झालेला इसम हा महाराष्ट्राच्या हद्दीत शिकारीच्या इराद्यानं आला होता त्या वेळी वाघोबानं त्यास अद्दल घडवली.’’

या गुप्त माहितीची मला तातडीनं दखल घ्यावीशी वाटली. तत्कालीन परिवीक्षाधीन भा.व.से. अधिकारी अशोक खडसे आणि चौराकुंडचे वनपरिक्षेत्राधिकारी मिलिंद तोरे यांच्याशी मी तातडीनं संपर्क साधला

आणि आम्ही चौघे रंगूबेलीला जाऊन धडकलो. मोहट्टा बाजारला आमचा चमू पोहोचला तेव्हा कळलं की, आम्ही ज्यांना भेटण्यास आतुर होतो त्या सन्माननीय पाहुण्यांना बैतुलच्या शासकीय रुग्णालयात रवाना करण्यात आलं आहे. मजल दरमजल केल्यानंतर आम्हास बैतूल येथील शासकीय रुग्णालयात आमचा माणूस गवसला. तेथील वैद्यकीय अधिकाऱ्यांशी चर्चा केली. त्यांनी सांगितल्याप्रमाणे रुग्णाच्या गालावर खोल जखम झाली होती आणि गालाचं हाडसुद्धा मोडलं होतं.

"शेतात काम करत होतो साहेब. वाघ कुठून आला माहीत नाही. त्यानं मला पार घोळसून काढला. देवाच्या कृपेनं बचावलो." प्रत्यक्ष भेटीत जखमी इसमानं आमच्याकडे बयान दिलं. पण आमच्या अनुभवी नजरेनं सांगितल्या गेलेल्या कथेच्या विपरीत अनेक विरोधाभास टिपले होते. वाघानं घोळसून काढलं तर गालावरील खोल जखम वगळता त्याच्या शरीरावर इतरत्र कुठलीही जखम दिसून आली नव्हती. थोडे अडचणीचे प्रश्न विचारताच तो अस्वस्थ झाला. खडकेंच्या गुप्त वार्तेत दम होता. 'दाल में कुछ काला है' अशी खात्री पटली. तेथील शल्यचिकित्सकांना आम्ही परिस्थितीची कल्पना दिली. त्यांनी सांगितलं, "या रुग्णाला किमान एक महिना रुग्णालयातच राहावं लागणार आहे. त्याला ज्या वेळी डिस्चार्ज देऊ तेव्हा तुम्हाला कळवू. त्यानंतरच तुम्हाला हवी ती कायदेशीर कारवाई करता येईल."

दुसऱ्या राज्याचं प्रकरण असल्यामुळे तेथील विभागीय वनाधिकारी आणि पोलीस अधीक्षकांना संपूर्ण प्रकरण समजावलं आणि आरोपीस दवाखान्यातून सुट्टी मिळण्यापूर्वी ताब्यात घेण्याचा त्यांच्याकडून शब्द घेतला.

म.प्र. पोलीस आणि बैतुलचे शल्यचिकित्सक शब्दाला जागले आणि एक महिन्याच्या अंतरानं त्यांच्याकडून बहुप्रतीक्षित सूचना प्राप्त झाली. संशयित इसम आता आमच्या ताब्यात होता. परंतु परिस्थिती थोडी करुणाजनक होती. मनुष्य मूळचा आदिवासी आणि आर्थिक हलाखीतला होता. शिवाय सोबत त्याची तरुण पत्नी आणि दूध-पितं बाळसुद्धा होतं. वर्दीतील आमच्याच कठोर हृदयाचं न ऐकता माणुसकीच्या हाकेला ओ देत आम्ही आरोपीला पूर्ण कुटुंबासोबतच गाडीत बसवून परतवाडा येथील कार्यालयात पोहोचलो. लहान बाळ आणि त्याच्या

आईची आमच्या कार्यालयात विशेष काळजी घेतली गेली.

संध्याकाळी थेट रंगूबेलीच्या घनदाट जंगलात घटनास्थळी आरोपीसह आम्ही हजर होतो. बैतूल ते परतवाडा दरम्यानच्या प्रवासात आरोपीशी रंगलेल्या गप्पात खरं काय ते आम्ही त्याच्याकडून वदवून घेतलं होतं; पण केवळ आरोपीनं अधिकाऱ्यांच्या पुढ्यात दिलेली गुन्ह्याची कबुली पुरेशी असती, तर आतापर्यंत भारतीय लोकशाहीनं शेवटचा श्वास घेतला असता. भारतीय पुरावा कायद्यानुसार आरोप सिद्ध करण्यासाठी न्यायालयासमोर पुरावे प्रस्तुत करावे लागतात आणि त्यासाठी स्थळ-पंचनामा, घटनास्थळावरील पुरावे गोळा करणे इ. सोपस्कार आवश्यक होते.

रात्रीपर्यंत पूर्ण चित्र स्पष्ट झालं होतं. मध्य प्रदेशातील जोगी-जोली गावचे हे शिकारी होते. ही मंडळी 'हाका' पद्धतीनं शिकार करतात. महाराष्ट्राच्या सीमेवरच्या कुंड या गावाच्या काही लोकांना हाताशी धरून जोगी-जोलीकरांनी त्या रात्री शिकारीचा बेत आखला होता. त्या दिवशी वीस जणांची टोळी रंगूबेलीच्या बाजूनं समांतर राहून कुंडकडे चालत होती. असं केल्यानं त्यांच्या आवाक्यातील सर्व वन्यप्राणी विरुद्ध दिशेनं पळत सुटणार होते. हे प्राणी तीन चार कि.मी. अंतरावरील अरुंद खिंडीपर्यंत पोहोचले की, आधीच दबा धरून बसलेले भरमार बंदूकधारी सावज टिपणार होते. या धामधुमीत आमचा सरकारी पाहुणा एका अरुंद वाटेवरून चालत असता एका मोठ्या दगडाच्या मागून साक्षात वाघोबा त्याच्या पुढ्यात प्रकटले. सर्व काही अचानक घडलं आणि वाघोबांना क्षणार्धात जे काही सुचलं ते त्यांनी केलं. त्यांनी आपल्या रुंद, मजबूत आणि शक्तिशाली पंजानं या पाहुण्यांच्या कानशिलात खेचून हाणली. आमचा माणूस थोडाफार मागेपुढे झाल्यामुळे वाघाच्या पंजाचे केवळ एकच नख त्याच्या थोबाडात रुतले. या मर्द शिकाऱ्याला वाघोबांची हलकी थप्पड सुद्धा 'डीप कट विथ फ्रॅक्चर ऑफ चिकबोन' अशी पदवी देऊन गेली. वाघोबांच्या निसटत्या ठोशानंच त्याच्या थोबाडाचा नक्षा वेडावाकडा झाला होता. ठोसा पूर्ण पंजाचा असता तर शिरच्छेद करून गेला असता. मानवाशी अचानक झालेल्या या भेटीमुळे चकित झालेले वाघोबासुद्धा स्वसंरक्षणार्थ लगेच अंतर्धान पावले होते.

मानवास जितकी वाघाची भीती वाटते, तितकाच किंबहुना त्यापेक्षाही

अधिक वाघोबा मानवास टरकून असतो. वाघोबांनी अचानक केलेल्या करामतीमुळे शिकाऱ्यांचा त्या रात्रीचा बेत फिसकटला होता. मग 'भागते भूतकी लंगोटी ही सही' या चालीवर मुद्दामच जखमी सहकाऱ्याला मध्य प्रदेशच्या हद्दीत नेऊन तिथून सरकारी आर्थिक मदत मिळवायचा बेत त्यांनी आखला आणि तो जवळजवळ यशस्वीही झाला होता. परंतु गुप्त माहितीच्या आधारे 'त वरून ताकभाता'पर्यंत जाण्याच्या वनपाल खडकेंच्या चाणाक्ष बुद्धी आणि कर्तव्याप्रति दक्ष राहण्याच्या वृत्तीमुळे एका मोठ्या शिकारी टोळीचा छडा लागला होता. दोन राज्यांच्या विविध खात्यांतील योग्य समन्वय इथे कामी पडला. आपली वनं, पर्यावरण व प्राणिसृष्टी सुरक्षित राखायची असतील तर प्रत्येकानं कर्तव्याप्रति असंच सजग राहणं आवश्यक आहे.

◆

अज्ञात पाहुणा

अकोला शहरात त्या दिवशी खळबळ माजली होती. शहराच्या मध्यवर्ती भागात एक तरुण, चपळ नर-बिबट्या तीन मजली इमारतीच्या गच्चीवर चढून पाण्याच्या टाकीवर मस्तपैकी ऊन खात बसलेला होता. मेळघाटच्या सीमेलगतच्या गावांकडून होणाऱ्या बांबू वाहतुकीच्या वाहनात चढून कुणाच्याही नकळत, विनामूल्य प्रवास करत अकोल्याच्या प्रमुख बाजारपेठेत तो आपसूक दाखल झाला असावा. सिमेंटच्या जंगलातील बघ्यांची गर्दी पाहून विचलित झालेला मेळघाटच्या अस्सल जंगलातील हा पाहुणा गर्दीपासून दूर सुरक्षित स्थळी जाऊ पाहत होता.

थोड्याच वेळात स्थानिक प्रशासन जागं झालं. गर्दी नियंत्रणासाठी तगडा पोलीस बंदोबस्त लावण्यात आला. अकोल्याचे जिल्हाधिकारी, पोलीस अधीक्षक, उपवनसंरक्षक वन्यजीव व त्यांचे कर्मचारी असा बंदोबस्ताचा उच्चस्तरीय जामानिमा होता. मेळघाट व्याघ्र प्रकल्पात तेव्हा सहायक वनसंरक्षक म्हणून कार्यरत असलेला मी बंदुकीतून 'ट्रँक्विलायझर डार्ट' मारणारा प्रशिक्षित अधिकारी होतो. वनसंरक्षकांचा आदेश मिळाला. पिलारीसेठ हे अनुभवी रेंज अधिकारी आणि मी अशा दोघांनी अकोल्याकडे प्रस्थान केलं.

अकोल्यात घटनास्थळी पोहोचेपर्यंत सावल्या लांब झाल्या होत्या. बिबट्या पकडण्याच्या प्रयत्नात चार-पाच उत्साही युवक जखमी झाले होते. अनेक स्थळं बदलून झाल्यानंतर आता हा भेदरलेला पाहुणा शहराच्या मध्यवर्ती भागातील आगरकर शाळेच्या आवारात ठाण मांडून बसला होता. शाळेच्या ब्रिटिशकालीन दुमजली दगडी इमारतीला एक-दीड एकराचं भव्य प्रांगण होतं. मुख्य रस्त्याच्या बाजूला लांबचलांब भिंत आणि त्या भिंतीवर टोकदार भाल्यांच्या आकाराचं लोखंडकाम. चारपैकी दोन बाजू इंग्रजी एल आकारातील भिंतींनी सुरक्षित होत्या, पण उर्वरित दोन बाजू कच्चं कुंपण किंवा झाडींवर विसंबून होत्या. मुख्य रस्त्याला लागून असलेल्या भिंतीच्या आतल्या भागात एक विशाल काटेरी बाभळीचं (प्रोसोरिस) झाड होतं, ज्याच्या फांद्या जमिनीपर्यंत लोंबकळत होत्या आणि याच फांद्यांच्या खाली विराजमान होता आपला रुबाबदार पाहुणा.

अधिकाऱ्यांसोबत झालेल्या चर्चेत मी त्यांना सांगितलं की, वेड्याबाभळीच्या फांद्यांच्या आडोशाला तो बसला असल्यामुळे डार्ट

त्याच्यापर्यंत पोहोचू शकणार नाही. शेवटी असं ठरलं की, झाडाच्या वरून जाळं सोडावं आणि बिबट्याला पूर्ण झाडासहित जाळ्यात घेऊन मग पुढील कारवाई करावी.

'अजिंक्य साहसी' नावाचं तरुणांचं एक क्रीडा मंडळ सकाळपासूनच बिबट्याच्या थरारात स्थानिक प्रशासनाला मदत करत होतं. प्रचंड घेर असलेल्या त्या संपूर्ण झाडाला कवेत घेईल इतकी मोठी जाळी कुठून आणायची, असा प्रश्न आमच्यासमोर उभा ठाकला. ताबडतोब मिळेल तिथून फुटबॉलच्या गोल-पोस्टच्या मोठमोठ्या जाळ्या काढून आणल्या. फायर ब्रिगेडच्या गाडीवरची शिडी लांबवत झाडाच्या शेंड्यापर्यंत नेली गेली. शिडीवर मी स्वत: उभा राहिलो आणि सावकाश फुटबॉलचं जाळं त्या विशाल वृक्षावरून खाली उतरवू लागलो. सुरुवातीला काहीशी अतर्क्य वाटणारी ही क्लृप्ती प्रत्यक्षात येऊ लागली होती. बिबट्यासहित संपूर्ण झाड जाळ्यानं कवेत घेतलं होतं. मात्र जाळं पूर्णपणे जमिनीपर्यंत टेकलं नव्हतं. त्यावर पिलारीसेठ यांनी स्थानिक युवक आणि वनकर्मचाऱ्यांच्या साहाय्यानं तारेची सलग जाळी (chainlink) झाडावरून खाली टाकल्या गेलेल्या जाळ्याच्या खालच्या भागाला लावून बिबट्याला बंदिस्त करायचं, असं ठरवलं.

सर्वांना दक्ष करण्यात आलं. जाळी धरून जवळ जाणाऱ्यांना शिरस्त्राण आणि चिलखत चढवण्यात आलं होतं. त्यांचं नेतृत्व पिलारीसेठ यांच्याकडे होतं. मी वेड्याबाभळीच्या वरून अग्निशमन दलाच्या गाडीवरील शिडीवर बसून निर्देश देत होतो. जसजशी जाळी धरलेली फौज झाडाच्या दिशेनं पुढे सरकू लागली, बिबट्या सावध झाला. परंतु जाळी धरून येणाऱ्यांकडे न जाता हा स्मार्ट पाहुणा आठ फूट उंच भिंतीवरून उडी घेऊन बाहेर निघू शकेल याची आम्ही कल्पना केली नव्हती; पण घडलं तसंच... बिबट्या भिंतीवर एका झेपेत चढला तशी भिंतीवरील लोखंडी बाणांमध्ये तात्पुरती खोचलेली जाळी अलगद निसटली आणि तो भिंतीवरून बाहेर झेपावला. ट्रँक्विलायझर रिव्हॉल्व्हर घेऊन अग्निशमन दलाच्या गाडीवरील शिडीच्या पायरीवर उभा असलेला मी उभाच राहिलो. बिबट्या भिंत ओलांडून बाहेर पडला आणि बघ्यांची त्रेधा उडाली. वाट मिळेल तसे लोक पळत सुटले. भिंतीवरून बाहेर उडी घेताच समोर आलेल्या एका पोलीस कर्मचाऱ्याला बिबट्यानं सहज

ढकललं. बाहेरील अभूतपूर्व गोंधळ पाहून त्यानं निर्णय बदलला. भिंतीवर उडी घेऊन परत वेड्याबाभळीच्या झाडाखालच्या आधीच्याच सुरक्षित ठिकाणी तो येऊन बसला. सर्वकाही काही क्षणांच्या अवधीत घडलं.

आता रात्र झाली होती. परिस्थितीनुसार निर्णय घेण्याचा अधिकार वरिष्ठांनी मला बहाल केला होता. शक्यतो बिबट्यास जेरबंद करावं आणि ते शक्य न झाल्यास त्याला थेट गोळी घालावी असं ठरलं होतं. प्रथम त्या परिसरात सर्च लाइटची व्यवस्था केली आणि दोन शार्प शूटर मोक्याच्या ठिकाणी तैनात केले. मध्यरात्रीनंतर हे सगळं घडत होतं. मी व माझे सहकारी गुंगीच्या औषधाचे बाण (dart) आपापल्या बंदूक आणि रिव्हॉल्व्हरमध्ये भरून बिबट्या बसला होता त्या भिंतीला लागून असलेल्या एका पानटपरीच्या छतावर पोझिशन घेऊन बसलो होतो. वेड्याबाभळीच्या झाडाखालून बिबट कधी बाहेर येतो, एवढा एकच ध्यास आम्हाला लागला होता. आणि अचानक ते घडलं.

बिबट्या उठला आणि तीरासारखा सुटला. शार्प शूटरांनी बंदुकीचे चाप ओढले. ठो, ठो आवाज झाले, दोन्ही नेम चुकले होते. ज्या पानटपरीवर आम्ही पोझिशन घेऊन बसलो होतो तिला लागून असलेल्या मोठ्या वृक्षावर बिबट्या वेगाने चढला. अंदाजे पंधरा ते वीस फूट उंचीवर बुंध्याला कवटाळून तो काही क्षण स्थिरावला. मी आणि माझा सोबती आता त्याच्यापासून फक्त पाच फुटांच्या अंतरावर होतो. ट्रँक्विलायझरचा बाण वरच्या दिशेनं सोडणं शक्य नव्हतं. तरी पण माझ्यासोबतच्या पिलारीसेठ यांनी रिव्हॉल्व्हरचा चाप ओढला. डार्ट बिबट्याला लागला. बिबट्या सावध झाला आणि बुंध्यावरील पकड सैल करत जमिनीवर उतरला. थोडी उसंत घेऊन तो एक-दीड फूट उंचीच्या गवतात दिसेनासा झाला.

तशात एक अनपेक्षित घटना घडली. भिंतीच्या कॉलमच्या बाजूला उभी फट होती. बाहेरच्या बाजूला तैनात एका पीएसआयला फटीतून बिबट्याची हालचाल दिसली. पाठमोरा बिबट्या अगदी दहा-बारा फुटांवर बसला असल्याचे त्याच्या लक्षात आले. त्यानं फारसा विचार न करता सर्व्हिस रिव्हॉल्व्हर बाहेर काढलं आणि त्या फटीतून नेम धरून चाप ओढला. रिव्हॉल्व्हरचा आवाज ऐकताच बिबट्याने झाडीच्या दिशेने

धूम ठोकली आणि तो दृष्टीआड झाला.

काळोखात बिबट्या गेला. अज्ञातातून आलेला हा पाहुणा अज्ञातात निघून गेला होता. रात्रीचे दोन वाजून गेले होते. शोधमोहीम राबवली गेली. त्या संपूर्ण परिसरात रात्रभर गस्त घातली गेली, पण बिबट्या नजरेस पडला नाही. सकाळी पुन्हा नव्या जोमाने मैदानातील झुडपांच्या परिसरात शोधमोहीम सुरू झाली. एका झोपडीच्या अंगणातील पाण्याच्या रांजणाजवळ बिबट्याच्या पायाचे ठसे दिसून आले.

संध्याकाळी आम्ही आपापल्या मुख्यालयात परत आलो. त्यानंतर पूर्ण अकोला शहरात दोन दिवस शोधमोहीम जारी होती, पण बिबट्या मिळता तर शपथ. अकोल्याचं प्रशासन त्यांच्या दिनचर्येत रुळलं. हळूहळू सामान्य जनतेच्या स्मृतीतून तो प्रसंग धूसर होत गेला. तो बिबट्या कुठे अंतर्धान पावला त्याचं कोडं कधीच सुटलं नाही.

◆

हिरूबाई भाग गई

जेवणासाठी कार्यालयातून उठण्याच्याच बेतात होतो, तेवढ्यात फोन खणखणला. पलीकडून आवाज आला, 'हिरूबाई दवाखाने से भाग गयी है!' धक्काच बसला... पंधरा दिवसांपासून नागपूरच्या एका खासगी रुग्णालयात हिरूबाईचे उपचार सुरू होते, सगळं सुरळीत होतं आणि अचानक असं काय घडलं? दोन तासांच्या धावपळीनंतर हिरूबाई दवाखान्याच्या तळमजल्याच्या जिन्याच्या पायऱ्यांखाली दडून बसल्याचे आढळून आल्याचा निरोप आला आणि पंधरा-वीस दिवसांपासून सुरू असलेली धावपळ नजरेसमोर तरळून गेली.

मेळघाटातील दोधरा गावची हिरूबाई. वय वर्षं पन्नास... थोडीफार वेडसर... गावोगाव भटकायची. वेळी-अवेळी हिरूबाई कुठल्याही गावात पोहोचली तरी 'दोधराची सम्राज्ञी' म्हणून तिला कुणीतरी ओळखायचं आणि आपोआपच तिचं आदरातिथ्य होऊन जायचं. अशीच एकदा ती डोलार गावच्या एका कार्यक्रमात सहभागी झाली आणि त्या रात्री तिथेच 'मेहमान' म्हणून राहिली. फटफटल्याबरोबर कुणालाही न सांगता हिरूबाईनं तिच्या गावाची वाट धरली. कुणालाही खबर नव्हती. सकाळी दहा-अकरा वाजायच्या सुमारास हिरूबाई गावात अवतरली. कोअर क्षेत्रातील (संरक्षित जंगल) घनदाट जंगलाकडून ती येत होती. मात्र परतताना तिचा अवतार भयानक झाला होता. केस विस्कटलेले होते, डोळ्यांवरील मांस लोंबकळत होतं, चेहरा रक्तबंबाळ झाला होता आणि कपडे रक्तानं माखलेले होते. नेहमी तिची टिंगल करणाऱ्या द्वाड कार्ट्यांचा तो अवतार बघून बोबडीच वळली होती.

देहभान नसलेल्या हिरूबाईनं तिच्या नकळत अस्वलाशी झुंज घेतली होती. स्वतःच्या गंभीर स्थितीची तिला कल्पना नव्हती. तीस बिऱ्हाडांच्या डोलार गावात पाच वन-कर्मचारी होते. ते लगेच कामी लागले. बिनतारी संदेश यंत्रणेवरून सूचना दिल्या गेल्या. लगेच बातमी परतवाड्याला आमच्यापर्यंत पोहोचली. चाळीस मिनिटांत वनविभागाची गाडी घटनास्थळी हजर होती. बिजूधावडी येथील प्राथमिक स्वास्थ्य केंद्र, धारणी उपजिल्हा रुग्णालय आणि शेवटी जिल्हा सामान्य रुग्णालय, अमरावती असा जखमी हिरूबाईचा प्रवास झाला. मला हिरूबाईचं प्रथम

दर्शन जिल्हा सामान्य रुग्णालय, अमरावती येथे घडले. तिथे तिच्या कवटीला इजा झाली असल्याचं निदान झालं आणि हिरूबाईचा प्रवास नागपूरच्या मेडिकल कॉलेज रुग्णालयाकडे सुरू झाला. तिच्या कवटीवर अवघड शस्त्रक्रियेची आवश्यकता सांगण्यात आली होती.

दोन दिवसांनंतर मी नागपूरच्या मेडिकल कॉलेज रुग्णालयात जाऊन हिरूबाईला भेटलो. सरकारी रुग्णालयात नेहमीच्या गतीनं तिचे उपचार सुरू होते. उपचारात कुठलीच प्रगती नव्हती. शस्त्रक्रियेसाठी ती प्रतीक्षा यादीत होती. मला विचित्र अशी हुरहूर लागली. एका अतिसामान्य, दरिद्री, आदिवासी रुग्णास तिथल्या गर्दीत उपचारासाठी प्राथमिकता मिळण्याची अपेक्षा करणंसुद्धा भाबडेपणाचं होतं. केवळ सरकारी कर्तव्य म्हणून तिथे पोहोचलेल्या माझ्या मनावर माणुसकीच्या भावनेनं मात केली. तिथे हजर असलेल्या हिराबाईच्या मोठ्या मुलाला मी म्हटलं, ''फिकर नहीं करना, दीदी को हम ठीक करवा के रहेंगे.'' माझ्या तोंडून हिरूबाईसाठी 'दीदी' शब्द उमटल्याचं मलाही आश्चर्य वाटलं. तातडीनं मोबाइलद्वारे सर्व रिपोर्ट्स नागपूरचे शल्यचिकित्सक डॉ. मदन कापरे यांच्याकडे पाठविले. त्यांनी शासकीय रुग्णालयाच्या डॉक्टरांशी चर्चा केली. डॉ. मदन कापरेंनी शब्द दिला 'उपचारांची पुढची जबाबदारी माझी. केवळ औषधांचा खर्च वन-विभागातर्फे करावा, इतर सगळी जबाबदारी साउथ रोटरी क्लब, नागपूर सांभाळून घेईल.' मनात म्हटलं, 'गेल्या जन्मी हिरूबाईची कृपादृष्टी लाभलेले सगळे याच क्षणाच्या प्रतीक्षेत होते की काय ?'

शासकीय रुग्णालयातून निघून हिरूबाईचा तळ आता नागपूरच्या 'नीती' या तारांकित रुग्णालयात पडला. नागपूरचे उपवनसंरक्षक मल्लिकार्जुन व तेथील वन-कर्मचाऱ्यांनी मनोभावे मदत केली. सगळी व्यवस्था लावून मी परतलो होतो. पंधरा दिवसांपर्यंत सगळं ठीक चाललं होतं आणि अचानक आज हिरूबाई दवाखान्यातून निघून गेल्याच्या बातमीनं विचलित झालो होतो! पण दोन तासांत परिस्थिती नियंत्रणात आली होती. तरी भविष्यात पुन्हा असं काही होणार नाही याची खात्री नव्हतीच.

...आणि तसंच घडलं. पंधरा दिवसांनंतर मला रात्री दोनच्या सुमारास पुन्हा फोन आला... 'हिरूबाई भाग गयी.' हिरूबाई पुन्हा एकदा गायब झाली होती. पावसाचे दिवस होते, हिरूबाईच्या डोक्यावरील

बँडेज ओलं झालं तर अनर्थ घडेल ह्या चिंतेतून, अशा अपवेळीसुद्धा नागपूरच्या उप-वनसंरक्षकाकडे मदतीसाठी संपर्क करण्यास मेळघाट व्याघ्र प्रकल्पाचे क्षेत्रसंचालक रेड्डी साहेबांनी पुढाकार घेतला. वन विभागाचे गस्ती पथक रात्री अडीच वाजता नागपूरच्या रस्त्यावर मेळघाटातील एका आदिवासी महिलेच्या शोधात जुंपले गेले. मी रात्रभर दर तासानं फोनवर सूचना घेत होतो. हिरूबाईच्या सुखरूप असण्याची चिंताच मनाला घेरून होती, तिच्या बेपर्वा वागण्याचा राग येत नव्हता. सकाळी सात वाजेपर्यंत सुरू असलेली शोधमोहीम निष्फळ ठरली. शेवटी तिच्या मुलाला पोलीस स्टेशनला तक्रार दाखल करण्याचा सल्ला दिला. सकाळी त्यानं अजनी पोलीस स्टेशनला तक्रार दाखल केली आणि तो दवाखान्याकडे परतत असताना त्याला लोकमत चौकातील एका दवाखान्याच्या आवारात लाल रंगाची शाल ओढून पहुडलेली एक महिला दिसली. गरीब कुटुंबातील ह्या व्यक्तीनं आईची फाटकी शाल नेमकी हेरली. हिरूबाई सापडली. यापुढे अधिक सतर्कता बाळगण्याचं आश्वासन आम्ही डॉक्टरांना दिलं.

प्रकाश कापरे यांच्या औषध भंडारातून औषध पुरवठा सुरू होता. बघता बघता उपचार सुरू होऊन तीन महिने लोटले होतं. हिरूबाईच्या डोक्याचं बँडेज निघालं होतं. तिला प्रत्यक्ष भेटल्यावर एक वेगळीच चमक तिच्यात जाणवत होती. एकदा 'दीदी' म्हटल्यावर जबाबदारी पूर्णत्वाला न्यायचा माझा निर्धार अजूनही कायम होता. हिरूबाईच्या मालिकेच्या शेवटच्या भागात आपण पोहोचल्याची जाणीव होऊ लागली असतानाच ती मात्र मनातल्या मनात 'पिक्चर अभी बाकी है मेरे दोस्त' असं म्हणत असावी. त्याचं प्रत्यंतर लगेचच आलं. इतक्या दीर्घ उपचारानंतर पुन्हा एकदा हिरूबाई दवाखान्यातून परागंदा झाली. दवाखान्यातील रुग्णांच्या पोशाखात हिरूबाई सटकली होती. आमचं पुनश्च हरिओम सुरू झालं. उपवनसंरक्षक मल्लिकार्जुन यांना परत फोन, परत वन विभागाच्या गाड्यांची नागपूरच्या रस्त्यांवर गस्त, त्यांच्या मदतीला मेळघाटातील कर्मचारीसुद्धा पाठविले. पण हिरूबाई सापडती तर शपथ. एक दिवस, दोन दिवस, आठवडा, पंधरा दिवस... हिरूबाईच्या मुलाचा धीर सुटू लागला. तो परतीची भाषा बोलू लागला. मला तर सगळं मुसळ केरात गेल्याच्या जाणिवेनं नैराश्य येऊ पाहत

होतं. आता शोधमोहीम थंडावली होती. आणि पुन्हा एकदा चमत्कार घडला.

"हिरूबाई सापडली," फोनवर स्वत: प्रकाश कापरे होते. "नागपूर विमानतळ परिसरात डॉ. मदन कापरेंची बहीण राहते. ती बस स्टॉपवर उभी असताना तिला नीती हॉस्पिटलच्या रुग्णांच्या पोशाखातील एक महिला नजरेस पडली. तिनं दवाखान्यास सूचना दिली. रुग्णवाहिका पाठवली गेली. एका कर्मचाऱ्यास रुग्णवाहिका येईपर्यंत त्या महिलेवर दुरूनच पाळत ठेवण्यास कापरेंनी सांगितलं. रुग्णवाहिका वेळेत पोहोचली आणि कर्मचाऱ्यांनी हिरूबाईची बळेच समजूत घालून तिला परत नीती हॉस्पिटलला आणलं.

हा मात्र 'हिरूबाई एस्केप्स'चा शेवटचा भाग ठरला. पंधरा दिवसांत उपचार पूर्ण करून हिरूबाई तिच्या दोधरा गावात पोहोचली होती.

गेल्या आठवड्यात माझा फोन वाजला. "सर, पहचाना क्या? गोविंद बोल रहा हूँ !" मी हिरूबाईच्या मुलाचा आवाज ओळखला. दीदी सुखरूप असल्याचं कळलं आणि समाधान वाटलं. शासकीय कर्तव्यापलीकडे जाऊन थोडासा पुढाकार घेतल्यास सामान्यातील सामान्याचंसुद्धा कसं भलं होऊ शकतं, त्याची प्रचिती या प्रसंगातून आली. देशसेवेसाठी प्रत्येक वेळी बंदूक घेऊन सीमेवर जायला हवं, असं मुळीच नाही. जिथे आहोत तेथूनच एक अश्रू वंचितांसाठी ओघळला तरी पुरे.

◆

अवैध मारेमारी

मेळघाटच्या उत्तर सीमेवर तापी नदीचं अथांग पात्र आहे. खंडू, खापरा, सिपना आणि गडगा ह्या तापीच्या उपनद्या. तापी नदीत प्रत्यक्ष विलीन होण्यापूर्वी ह्या उपनद्या अनेक वळणं घेतात. आपलं स्वतंत्र अस्तित्व गमावणं जणू त्यांना कबूल नसावं, इतके आढेवेढे त्या विलीनीकरणापूर्वी घेत असतात. तीव्र प्रवाहासोबत वाहून येणाऱ्या लहान-मोठ्या दगडांच्या आघातामुळे खडकाळ पात्रात लहान-मोठे खड्डे तयार होतात आणि त्यात पाणी साचतं. कालांतरानं ह्या खड्ड्यांचा आकार रांजणाइतका होतो. काही खड्डे तर डोहाइतका मोठा आकार धारण करतात. अशाच काही डोहांना स्थानिकांनी हत्तीडोह, राजाडोह अशी नाव दिली आहेत. नदी कोरडी पडली तरी ह्या डोहांमध्ये अनेक दिवस पाणी टिकून राहतं. वाघ, बिबट, अस्वलांसारखे प्राणी, ज्यांना खोलगट कातळावर चालणं शक्य असतं, उन्हाळ्याच्या दिवसात ह्या डोहांमधे आरामात उतरून तहान भागवतात. दुसरीकडे जिथे नदीच्या उतारात अचानक उंचवटा तयार झालेला असेल अशी मोक्याची ठिकाणं स्थानिक आदिवासी हेरून ठेवतात. प्रवाहाच्या विरुद्ध पोहणारे मोठेमोठे मासे जेव्हा उडी मारून असा उंचवटा पार करण्याचा प्रयत्न करतात तेव्हा प्रवाहात उभे असलेले शिकारी हवेतल्या हवेत हाताने मासे धरतात. वरच्यावर मासे झेलण्याचं अफलातून कौशल्य त्यांना सरावामुळे साधता आलेलं असतं. कुंड गावाच्या नदीत असाच एक पंधरा मीटरचा उंचवटा आहे. अशा प्रकारच्या उंचवट्यांना 'उपरी' असं स्थानिक भाषेत संबोधलं जातं. रंगीबेरंगी कपडे घालून रंगूबेली गावच्या 'उपरी'वर जमलेल्या शेकडो आदिवासी आबालवृद्धांची ही मच्छीमार-जत्रा एखाद्या उत्सवापेक्षा कमी मजेदार नसते. उंच खडकावरून उडी मारून नदीतला मासा एका हातात धरून वर येणे, असल्या उच्च दर्जाच्या कौशल्याचंसुद्धा वेगळं कौतुक होत नाही. सगळे मूलभूत गरजा भागविण्यासाठीचा प्रयत्न असतो.

असंच दृश्य सिपना नदीच्या पात्रात पाटिया गावच्या मागच्या बाजूलाही दिसून येतं. पावसाळ्यापूर्वी गस्तीचा भाग म्हणून मी एकदा पाटिया गावाकडे गेलो. आमच्या चमूला दीडशे लोकांचा जमाव नदीपात्रात उतरलेला दिसला. सांबराच्या शिकारीचे वाटे करणं सुरू असावं ही माझ्या मनात आलेली पहिली शंका. पण जवळ जाताच लक्षात आलं

की तो नदीपात्रातील डोहाच्या पूजेचा प्रकार होता. येत्या पावसाळ्यात डोहात खूप मासे येऊ दे, असं साकडं त्या पूजेद्वारे आदिवासी मंडळी डोहाला घालत होती. मेळघाटातील देवभोळ्या आदिवासींच्या जीवनरेखा असलेल्या ह्या नद्या, डोह त्यांच्या मूलभूत गरजा पूर्ण करत असतात. आदिवासी मंडळीसुद्धा निसर्गाची आब राखून आयुष्यास आवश्यक तेवढं हसत-खेळत निसर्गाकडून हक्कानं घेत असतात. परंतु ह्या स्वच्छ संस्कृतीला आधुनिक साधनांच्या मदतीनं निसर्गाचं दान करण्याची काही बाहेरच्या लोकांची वृत्ती सतत खुणावत असते. कमी श्रमात निसर्गाला ओरबाडून व्यवसाय करण्याचा हेतू राखणारी मेळघाटाबाहेरील मंडळी काही स्थानिकांना हाताशी धरून निसर्गाचा समतोल बिघडवणाऱ्या कारवाया करत असतात.

अवैध मासेमारीचा एक अघोरी प्रकार म्हणजे डोहांमधे रोगोर, एंडोसल्फॉन, एँड्रिन सारखी घातक किटकनाशकं टाकली जातात. त्यामुळे अक्षरश: क्विंटलच्या वजनाचे मृत मासे पाण्यावर तरंगू लागतात. आठवडी बाजारात लगेच त्यांची रवानगी होते. प्रत्येक मृत माशात कीटकनाशकातील घातक जहर काही अंशी तरी असतंच. खाणाऱ्यावर त्याचे दुष्परिणाम लगेच नसले तरी कालांतरानं निश्चित होतात आणि माणसं विविध आजारांनी घेरली जातात. याशिवाय अवैध मासेमारीचे इतरही प्रकार बघायला मिळतात.

रंगूबेली येथील वन-विश्रामगृह गावापासून एक कि.मी. अंतरावर आहे. उन्हाळ्याचे दिवस असूनही नदीपात्रातील डोहात मुबलक पाणी होतं. त्या दिवशी एक वनरक्षक, एक वनमजूर आणि मी असे तिघे डोहात अंघोळीचा आनंद घ्यायचा म्हणून नदीपात्राकडे गेलो. डोहातील कोंबट पाण्यात उतरून निसर्गाचा आनंद लुटत असताना मला काही लोक पैलतीरी बसलेले दिसले.

सर्वसामान्य कोरकू आदिवासी असलेल्या त्यातील एक-दोघांच्या हाताचे पंजे नदारद होते. मला आठवलं की यापूर्वीही मी जेव्हा ह्या भागात आलो तेव्हा मला हाताचा पंजा किंवा बोटं नसलेली माणसं लक्षात राहावी इतक्या प्रमाणात दिसली होती. तेव्हापासूनच त्यामागची मेख काय असावी हा प्रश्न मला सतत छळत असायचा. तशात नदीच्या पैलतीराकडे मध्य प्रदेश सीमेकडून दहा-बारा लोक येताना

दिसले. डोहाच्या काठावर त्यांनी जवळच्या पिशव्या ठेवल्या, अंगावरचे कपडे उतरवले आणि जलतरण स्पर्धा असल्यासारखे एका रांगेत उभे राहिले. काहीतरी वेगळंच घडतंय हे लक्षात घेऊन मी सतर्क झालो. त्यातील एकानं एका हातानं काडीपेटी उगाळली आणि दुसऱ्या हातातील फटाकासदृश वस्तूला टेकवून ती वस्तू डोहाकडे भिरकावून दिली. पाण्याच्या पृष्ठभागावर ती वस्तू पोहोचताक्षणीच जोराचा धमाका झाला... तो डायनामाइट होता. काठावरची दोन माणसं वगळता सगळ्यांनी भराभर डोहात उड्या मारल्या. स्फोटानं हादरलेले मासे, पाण्याच्या पृष्ठभागावर तरंगू लागले होते. पाण्यात उतरलेल्या मंडळींनी स्फोटाने गर्भगळीत झालेल्या माशांना पटापट काठावर फेकण्यास सुरुवात केली. काठावरील माणसांनी सराईतपणे मासे पिशव्यांमधे भरून घेतले. काही क्षणांतच हा प्रकार घडला होता.

डायनामाइट वापरून मासेमारी केली जाते हे ऐकून होतो, पण प्रत्यक्ष प्रकार आजच बघायला मिळाला होता. मी पाण्यातून बाहेर आलो, कपडे चढविले आणि सोबतच्या वनरक्षक व वनमजुरासोबत उथळ पाणी असलेल्या जागेवरून नदीच्या पैलतीरी पोहोचलो. पैलतीर मध्य प्रदेशाच्या सीमेत होता. अवैध मच्छिमारांना शंका न येऊ देता जवळ जाऊन एक-दोघांना ताब्यात घेण्याचा इरादा होता; परंतु त्यांना शंका आलीच. आम्ही त्यांच्यापर्यंत पोहोचण्याआधीच त्यांनी पाण्याबाहेर निघून पलायन केलं. आम्ही त्यांचा पाठलाग केला. शेवटचे दोघे तिघे आमच्या हाती येण्याच्या बेतात होते पण त्यांनी पटापट नदीपात्रात उड्या घेतल्या. पोहणे मला चांगले येत असले तरी हिंदी सिनेमातल्या हिरोसारखी मला पाण्यात हाणामारी करण्याइतकी गती प्राप्त नाही. परिस्थिती त्यांच्या ध्यानात आल्यावर तर ते तिघे मला पाण्यातूनच आव्हान देऊ लागले, 'तू पानी मे आ, तेरे को दिखाते है!' तसंही त्यांच्यामागं जाणं धोक्याचं होतं कारण सगळे काटक आणि आडदांड होते आणि आम्ही तिघेच आणि विनाहत्यार होतो. शेवटी संयम बाळगला आणि मनाविरुद्ध हात हलवत परतलो.

"सर, असले प्रकार रोजचेच आहेत. पण विना-हत्यार आणि विना-मनुष्यबळाचं काही करता येत नाही. शिवाय पलीकडच्या दामजीपूरा गावात आम्हाला दर आठवड्याला जावंच लागतं. तिथे ह्याच लोकांशी

गाठ पडते.''

कर्मचाऱ्यांची अगतिकता समजून घेण्यासारखी होती. पुढे ह्या डायनामाइट पद्धतीच्या शिकारीची अधिक माहिती मिळाली. ह्या टोळीमधे वात पेटवून प्रत्यक्ष डायनामाइट फेकणारी व्यक्ती सगळ्यात महत्त्वाची असते. आधी अत्यंत असुरक्षित पद्धतीनं बारूद ठासून स्फोटक तयार करायचे आणि तितक्याच गलथान ढंगानं त्यास डोहापर्यंत न्यायचे. नंतर वात पेटवून अशा पद्धतीने फेकायचे की त्याचा स्फोट नेमका पाण्याच्या पृष्ठभागाला स्पर्श होतानाच व्हायला हवा. त्याच्या आधी किंवा नंतर झालेला उपयोगाचा नाही. कारण हवेत स्फोट झाल्यास पाण्यातील माशांवर काहीच परिणाम होत नाही आणि पाण्यात बुडल्यानंतर स्फोट परिणामकारक होत नाही.

योग्य ते टायमिंग साधण्याच्या नादात थोडीशी गफलत झाली तर अनेकदा डायनामाइट फेकणाऱ्याच्या हातातच फुटतो. नदी पलीकडच्या गावांमधे हात किंवा हाताची बोटं गमावलेली माणसं का दिसून येतात ते कोडंही आज सुटलं होतं. अवैध मासेमारीचा हा प्रकार सगळ्यात घातक कारण, डायनामाईट धारकाच्या हाताच्या चिंध्या उडण्याची शक्यता ह्यात खूप जास्त असते. पण अवैध शिकारीतून मिळणाऱ्या थोड्या फायद्यासाठी अशी जोखीम गरीब आदिवासी घेत असतो. ह्या प्रकारांमुळे पुढील पिढ्यांना मेळघाटातील मासे केवळ मत्स्यालयातच बघायला मिळतील की काय अशी भीती वाटते.

◆

खुश रहना मेरे यार

कार्यालयात आल्याबरोबर चांदेकर, उपवनसंरक्षक, सिपना वन्यजीव विभाग, ह्यांनी बोलावल्याचा निरोप मिळाला. साहेब चिंतामग्न होते. ते म्हणाले, ''भोलाप्रसादनं माहूतास चिरडल्याची बातमी आहे. त्याला आटोक्यात आणण्यासाठी ट्रँक्विलाईज करावं लागणार आहे.'' बातमी धक्कादायक होती. एका तासात आम्ही सेमाडोह येथील घटनास्थळी पोहोचलो.

भोलाप्रसाद! वनखात्याच्या ताफ्यातील लोकप्रीय हत्ती. चाळीस वर्षांपेक्षा अधिक काळापासून भोलाप्रसाद वनविभागाच्या सेवेत होता. त्याचे सवंगडी होते रुस्तम, चंपाकली, सुंदरमाला, रामप्यारी आणि लक्ष्मी. ह्यात वयानं व आकारानं ज्येष्ठ होता भोलाप्रसाद! सगळे सोबतीच असले तरी प्रत्येकाचं आपलं स्वभाव वैशिष्ट्य होतं. आकस्मिक प्रसंगी अतीदुर्गम भागात जाणे, पूरस्थितीत नदी-नाले पार करणे, अस्वल किंवा वाघासारख्या प्राण्यांच्या वावर क्षेत्रात उंच गवतातून गस्त घालणे ही त्यांची कामं. आधुनिक यंत्रसामुग्रीमुळे आता पूर्वीच्या ओंडके ढकलण्याच्या हमालीच्या कामावरून त्यांची पदोन्नती झाली, असं म्हटलं तरी वावगं ठरणार नाही.

त्याच्या मस्तीच्या सुरस कथा मेळघाटात प्रसिद्ध होत्या. वर्षातून दोन वेळा भोला माजावर आला की त्याची मस्ती आवरण्याच्या पलीकडे असायची. त्या दिवसात त्याची गाठ चंपाकली किंवा सुंदरमाला ह्या सुंदऱ्यांशी (हत्तिणींशी) पडली की मग तर बघायलाच नको. त्यांच्या सात-आठ दिवस चालणाऱ्या दीर्घ हनिमूनच्या काळातील हेवी वेट प्रणयाची किंमत परिसरातील शेतकऱ्यांना चुकवावी लागे. पूर्ण मस्तीत ह्या प्रणयधुंद जोड्या उभी पिकं हादडून आणि हुंदडून आडवी करत असत. नेहमीच्या तेल, गुळ, मीठ, रोटी ह्या मिळमिळीत आहाराची त्यांना ह्या दिवसांत आठवणही येत नसे. भोलाप्रसाद तिथल्या भाषेत 'मस्त मधे' (माजावर) असला की त्याच्या गंडस्थळाहून दोन्ही बाजूंनी मद झिरपायचा. तसं लक्षण दिसलं की आधीच त्याला मानवी वस्तीपासून दूर जंगलात नेलं जायचं. काही वेळा अशा अवस्थेत त्याला गुंगीचं औषध द्यावं लागायचं. हा उपायही निष्फळ ठरला की मग शेवटचा उपाय असे सेंगर माहुताला बोलाविण्याचा.

ट्रकवर जसे ड्रायव्हर आणि क्लिनर असतात तसे हत्तीवर एक माहूत

आणि एक चाराकापी असतो. माहूत हत्तीची पूर्ण काळजी वाहतो तर चाराकापी त्याच्या कामात साहाय्यक म्हणून सदैव तैनात असतो.

रोजंदारी मजूर म्हणून कामावर असलेल्या सेंगरचे वडील वनविभागात माहूत पदावर नियमित कर्मचारी म्हणून कार्यरत होते. त्यांच्या पश्चात हा मुलगा माहुताचं काम पाहत असे. ज्युनिअर सेंगर अव्वल दर्जाचा बेवडा होता त्यामुळे त्याला कामावरून घालवणे-बोलावणे सुरूच असे. परंतु भोलाप्रसाद नियंत्रणाबाहेर मस्तीत आला की सेंगरला पाचारण करण्याशिवाय दुसरा पर्याय नसे. 'देशीप्रेमी' सेंगरला आणायचं म्हणजे आधी त्याचे नखरे झेलावे लागत. त्याची पहिली मागणी असे, 'साहब, दो सौ रुपये दो. भोला को पकडने के लिये सुतली लाना है!' प्रचंड उन्मादात लोखंडी साखळदंडांना जुमानण्यास राजी नसलेल्या महाकाय गजराजाला पकडण्यास सुतळी हवी असं कुणी म्हटल्यास हसावं की रडावं तेच कळू नये. परंतु मरता क्या न करता ह्या चालीवर आम्ही त्याचे सगळे हट्ट पुरवत असू.

दोनशे रुपये मिळाले की आधी सेंगर साहेब मोहाच्या दारूचा मोठ्ठा रिचार्ज मारून घ्यायचे. दारूच्या हिमतीवर बाहूबली झालेला सेंगर नंतर दिलेल्या दोनशे रुपयातील पाच रुपयाची सुतळी विकत घ्यायचा. 'साहब, तुम इधरीच रुको, मै अभि आता ...' असं म्हणत तो त्याच्या लाडक्या भोलाप्रसादकडे कुठलेसे मंत्र पुटपुटत जायचा. तीन टन वजनाचा अजस्त्र हत्ती दारूच्या नशेत लटपटणाऱ्या हडकुळ्या सेंगरसमोर 'हाताची घडी तोंडावर बोट' असा शिस्तीत उभा असल्याचं ते दृश्य अद्भुत असायचं. हातातील मंतरलेल्या काटकीनं सेंगर स्तब्ध उभ्या असलेल्या भोलाच्या भोवती प्रदक्षिणा घालत जमिनीवर एक वर्तूळ खेचायचा, नंतर भोलाच्या शेपटीला सात गाठींची सुतळी बांधायचा. मग टेचात आदेश द्यायचा, 'वो काटेवाली बेडी लाव.' भोलाचे समोरचे दोन भक्कम पाय जवळ खेचत सेंगरनं सहजपणे काटेरी बेडी त्याच्या पायात अडकवली की झालं. सिपना वन्यजीव विभागाचे तत्कालीन उपवनसंरक्षक धामगे तीन वेळा ह्या प्रकाराचे साक्षीदार राहिले होते.

सुतळीला गाठी बांधून, तीच्यावर मंत्र मारून ती हत्तीच्या शेपटीला बांधणे, हत्तीच्या भोवती जमिनीवर वर्तुळ खेचणे हा प्रकार मेळघाटातील आदिवासी समाजात परंपरेनं चालत आलेल्या अंधश्रद्धेचा भाग होता

आणि त्या भोळसट प्रकाराला मान्यता देणे तर शक्य नव्हते. मुळात भोला आणि सेंगरच्या अद्भुत 'केमिस्ट्री'ला कारणीभूत होता त्यांच्यातील सेंगरच्या बाळपणापासूनचा ऋणानुबंध. सेंगरचे वडील भोलाप्रसादचे पहिले माहूत होते. सेंगरचा जन्म भोलाप्रसादच्या समोरचा होता. सेंगरचे बाळपण भोलाच्या अंगाखांद्यावर बागडण्यात गेले होते. सेंगर भोलाच्या नजरेसमोर लहानाचा मोठा झाला होता. भोलाच्या नजरेत सेंगर हा त्याच्या आद्यगुरूचा मुलगा होता म्हणूनच तो भोलाच्या लाडाचा होता. घरातील ज्येष्ठ व्यक्तीला जसं डोळ्यादेखत मोठे झालेल्या लहान्यांचं, त्यांचं बाळपण सरल्यानंतरदेखील कौतुक असतं तसं भोलाप्रसादला सेंगरचं कौतुक होतं. भोलाप्रसादसारख्या अजस्त्र आकाराच्या, तापट आणि मनस्वी वागणूक असलेल्या ज्येष्ठ हत्तीला हाताळण्याचं कौशल्य जे सेंगरच्या बापाकडे होतं, तेवढं सेंगरकडे नसावं; पण भोलाप्रसादला मुळातच सेंगरप्रति प्रेम असल्यामुळे तो सेंगरचा शब्द खाली पडू देत नसे. भोला केवळ सेंगरचं ऐकतो, ह्या एका कारणामुळे सेंगरला तिथे सामाजिक प्रतिष्ठा प्राप्त होती. त्यामुळे भोलाप्रसादनं सेंगर माहुतास चिरडलं ह्या बातमीवर विश्वास ठेवणं आम्हाला जड जात होतं.

आम्ही घटनास्थळी पोहोचलो तेव्हा भोलाप्रसाद शांतपणे उभा होता. त्याच्या पुढ्यात त्याच्या माहुताचं निष्प्राण शरीर पडलं होतं. भोलाप्रसाद पश्चात्तापदग्ध अवस्थेत उभा होता. दहा फूट अंतरावर सेंगरचं घर होतं, आजूबाजूला वनकर्मचाऱ्यांची निवासस्थानं होती आणि लागूनच सेमाडोह गावाची वस्ती. सेंगरच्या शवापर्यंत कुणी पोहोचण्याचा प्रयत्न केला की भोला त्याच्या अंगावर धावून जात असे. शवापासून तीस मीटरच्या परिघात जाण्याची भोलानं बंदी घातली होती. चौकशी अंती आम्हाला घटनाक्रम कळला.

त्या रात्री सेंगरच्या अंगात ताप भरला होता. सकाळी भोलाप्रसादला जंगलातून परत आणत असता तो वाटेतील प्राथमिक स्वास्थ्य केंद्रात गेला. डॉक्टरांनी सेंगरला तपासलं, औषध दिलं. सेंगरनं खूश होऊन डॉक्टर साहेबांना भोलाच्या पाठीवर बसवून एक चक्कर मारून आणला. तेथून परत येताना ते वनविभाग परिसरात पोहोचण्यात होते की समोर चाराकापी आला. भोलाप्रसादनं सोंड उगारून चाराकापीस धमकावलं. चाराकापी घाबरून मागे सरला. सेंगर माहुतानं दवाखान्यातील औषधासोबतच

देशीचा पहिल्या धारेचा डोजसुद्धा चढविला होता. तो भोलाप्रसादच्या समोर उभा राहिला आणि आपल्या बारक्या दंडाच्या बेंडकुळ्या दाखवत त्यानं भोलाप्रसादला थेट आव्हान दिलं, 'तू उसको धवस देता, हिम्मत है तो मुझे मार...' त्याचे वाक्य पूर्ण व्हायच्या आत भोलाच्या सोंडेच्या तडाख्यानं सेंगर जमिनीवर आपटला होता आणि पुढचं काही कळण्यापूर्वीच भोलाचे हस्तिदंत शोभेचे नाहीत हे सिद्ध झालं होतं. सुळ्यांचा जीवघेणा दाब पोट आणि छातीवर पडताच सेंगरच्या तोंडून उचकीसुद्धा निघाली नव्हती. सेंगर निपचित पडल्यानंतर मात्र भोलाप्रसादच्या लक्षात परिस्थिती आली आणि आपल्या हातून हे काय होऊन बसलं ह्याची त्या मुक्या प्राण्यास टोचणी लागली. शोकाकुल अवस्थेतील भोलाप्रसाद कुण्णाला म्हणून सेंगरच्या शवापाशी येऊ देत नव्हता. अपराधी भावनेनं पिचलेला भोलाप्रसाद सेंगरच्या शवाची राखण करत उभा होता. भोलातर्फे सेंगरच्या पार्थिवाजवळ जाण्याची परवानगी कुणासही नव्हती. मदांध अवस्थेतसुद्धा माहुताचं ऐकणारा हा गजराज त्याच्या मनाप्रमाणे आपल्या लाडक्या माहुताच्या मृत्यूवर शोक प्रकट करू इच्छीत होता. त्याच्या हातून क्षणभराच्या संतापात घडलेल्या अनर्थामुळे तो विचलित झाला होता. गंडस्थळाहून झिरपणाऱ्या मदाच्या दोन धारांसोबतच भोलाच्या मिचमिच्या डोळ्यांतून अश्रूंच्या धारा लागल्या होत्या. इतका महाकाय प्राणी पण भावना व्यक्त करण्यासाठी सैरभैर झाला होता.

पश्चात्तापदग्ध गजराजानं पुढील दोन दिवस माहुताच्या मयतीचा मातम मनवताना कसलं तांडव केलं आणि पश्चात्तापाची वेळ आम्हावर आणली त्याची कथा पुढल्या भागात.

◆

महाकाय

आकांत

आपल्या लाडक्या माहुताला क्षणिक संतापाच्या भरात चिरडणाऱ्या भोलाप्रसाद हत्तीची गत आता केविलवाणी झाली होती. समोर त्याच्या लाडक्या माहुताचं निश्चेष्ट शरीर पडलं होतं आणि दु:ख व्यक्त करण्याचा मार्ग त्याला गवसत नव्हता. पोस्टमार्टेम आणि त्यानंतरच्या सोपस्कारांसाठी शव तेथून हलवणं गरजेचं होतं. कुणी एकानं भोलाच्या जवळ जायचं, तो मागे लागला की सुरक्षित अंतर ठेवून पुढे-पुढे चालत राहायचं म्हणजे भोला मागे येत राहील आणि एकदा का तो नजरेआड झाला की इकडे मृतदेह हलवता येईल, अशी एक क्लृप्ती पुढे आली. आम्ही तसे प्रयत्न केले... पण चाणाक्ष भोला प्रत्येक वेळी आमच्या मागे पन्नास मीटर अंतर चालत येऊन परत फिरला. भोलाच्या नकळत सेंगरचं शव जर तिथून हलवलं तर नंतर तो पूर्ण वस्ती उद्ध्वस्त करून सोडेल, ही गावकऱ्यांची भीती रास्त होती. 'उसको बेहोश करके चंद्रपूर के जंगल मे छोड के आव और नहीं तो गोली मार दो.' गावकऱ्यांचा दबाव वाढत होता.

हत्तीसाठी गूळ म्हणजे मिष्टान्न. ठरावीक अंतरावर गुळाची एक-एक भेली रस्त्यावर ठेवत जायची म्हणजे भोला क्रमाने ती गिळंकृत करत पुढे जात राहील, तो सुरक्षित अंतरावर गेला की सेंगरचं शव उचलायचं अशी योजना तयार झाली. नवरा मेल्याचं दु:ख बाजूला सारत सेंगरच्या पत्नीनं पहिली भेली ठेवून भोलाला आमंत्रित केलं. भोला तिला चांगलं ओळखत होता. ती ठरल्याप्रमाणे भोलाच्या पुढे, पुढे एक-एक गुळाची भेली ठेवत गेली. सेमाडोहच्या मुकिंदाच्या सुप्रसिद्ध हॉटेल समोर पोहोचल्यावर भोला ड्रममधील पाणी प्यायला आणि त्यानं पवित्रा बदलला. तो यू टर्न घेऊ लागला. त्यानं मागे वळू नये म्हणून सेंगरची पत्नी त्याच्या जरा जास्त जवळ जाऊन त्याला गुळाचं आमिष दाखवू लागली. भोला अचानक तिच्या अंगावर धावून गेला. सेंगरची बायको धडपडली आणि रस्त्यावरच कोसळली. गणवेशातील एक वनपालसुद्धा त्या गोंधळात घसरून पडला. क्षणभर सर्वांच्या हृदयाचा ठोका चुकला. न जाणो कसा पण भोलानं काही सेकंदांचा अवकाश दिला आणि खाली पडलेले दोघेही सावरू शकले. तेवढ्या वेळात इकडे वनकर्मचाऱ्यांनी सेंगरचा मृतदेह हलवला होता.

दुपारचे चार वाजत आले होते. भोलाप्रसाद पुनश्च सेंगरच्या शवाच्या

ठिकाणी जाऊन उभा राहिला. अंधार होण्यापूर्वी भोलाप्रसादला गुंगीचं औषध देण्याचं ठरलं. पाच मि.ली.चं इंजेक्शन पाठमोऱ्या भोलाप्रसादवर डागताच तो सावध झाला. तीन टन वजनाच्या महाकाय जीवाला गुंगी आणण्याकरीता किमान दहा मि.ली.चं इंजेक्शन आवश्यक होतं. पण दुसऱ्या इंजेक्शनसाठी बंदूक रोखली की तो अंगावर धावून येत असे. पंधरा-वीस मिनिटांनी संधी मिळताच पुन्हा तीन मि.ली.चा डोज त्याच्यावर डागला. भोलाप्रसाद चवताळून माझ्या अंगावर धावला. मी एक अरुंद बोळ असलेल्या दोन घरांच्या मागे आडोशाला धावलो. त्याला चिंचोळ्या बोळीतून माझ्यापर्यंत येणं शक्य नव्हतं. ह्याचा राग त्यानं अतिक्रमणात असलेली टेलरची एक टपरी उलथवून व्यक्त केला आणि पुन्हा त्याच्या मुळ जागेवर जाऊन उभा राहिला. आता गुंगीच्या औषधाचा परिणाम होऊ लागला होता. भोलाप्रसाद सेंगरच्या घराच्या बांबूच्या ताट्या असलेल्या कुंपणात जाऊन उभा राहिला.

दरम्यान, त्या परिसरातील पंधरा-वीस कुटुंबांच्या रात्रीच्या मुक्कामाची आणि भोजनाची व्यवस्था नदीपलीकडे असलेल्या मेळघाट व्याघ्र प्रकल्पाच्या पर्यटन संकुलात केली गेली. रात्री अचानक भोलाप्रसाद बाहेर निघाला तर अघटित होऊ नये म्हणून ही सोय केली गेली. रात्रीचे दहा वाजून गेले. भोलाच्या घोरण्याचा आवाज कानी पडू लागला. तो उभ्या उभ्याच झोपी गेला होता. तीन पाय ताठ आणि एक पाय आळीपाळीनं सैल सोडून हत्ती उभ्यानं झोपत असतो. चाराकापी व तीन-चार जणांनी भोलाच्या पायात लोखंडी साखळी अडकवली आणि तीस फुटांवर असलेल्या आंब्याच्या झाडाच्या मजबूत बुंध्याला बांधली. रात्रभर आम्ही पहारा देत बसलो. उजाडेपर्यंत भोला जागीच शांतपणे उभा होता. नंतर त्याच्या हालचाली सुरू झाल्या. जवळच आणून टाकलेल्या वड, उंबर, पिंपळाच्या फांद्यांचा आस्वाद घेऊन आणि पाणी पिऊन भोलाप्रसादनं उपवास सोडला. सकाळी नऊपर्यंत सगळं काही सुरळीत होतं.

आणि रात्रभर टिकलेली शांतता वादळापूर्वीची होती हे थोड्याच वेळात सिद्ध झाले. अचानक भोलाप्रसादनं रौद्र रूप धारण केलं. पायाला असलेल्या साखळीच्या तीस फुटांच्या परिघातील पहिल्या झोपडीत तो शिरला आणि सोंड उंचावून त्यानं झोपडी उद्ध्वस्त केली.

ती झाल्यावर दुसरी... जे समोर दिसेल त्यावर भोलाचा बुलडोझर चालू लागला. एकच गोंधळ उडाला. मी पुन्हा गुंगीचं इंजेक्शन बंदुकीतून डागलं. भोलाप्रसाद चाल करून आला. पशुवैद्यकीय अधिकारी, मी आणि दोघे-तिघे वनकर्मचारी आम्ही बंद अवस्थेत असलेल्या वनपरिक्षेत्राधिकाऱ्यांच्या बंगल्यात आश्रय घेतला. भोला त्या इमारतीच्या आवारात घुसला. खिडकीतून सोंड पुरविण्याचा प्रयत्न करू लागला. माझ्या हातात बंदूक पाहून त्यानं इरादा बदलला आणि तो पुन्हा सेंगरच्या, त्यानं मानलेल्या, समाधिस्थळावर जाऊन उभा राहिला.

क्षेत्रसंचालक काकोडकर एव्हाना पोहोचले होतं. गावकरी संतापले होते. भोलाला तेथून हटविण्यासाठी दबाव वाढू लागला होता. अजून एक इंजेक्शन देऊन त्याला रात्रीप्रमाणे उभ्याने घोरण्याच्या स्थितीत आणावं आणि मग क्रेनच्या साहाय्यानं ट्रकमध्ये ठेवावं, असं ठरलं. ह्या इंजेक्शनचा परिणाम लगेच दिसू लागला. परंतु ह्या वेळी उभ्यानं झोपण्याच्या मुद्रेत न येता भोला समोरचे दोन पाय पुढे वाकवून आणि मागचे दोन पाय सरळ उभे ठेवून, विजेच्या खांबाच्या आधारानं उभा राहिला. समोरच्या दोन पायांच्या मधे त्याची सोंड आणि मान विसावली होती. सेंगरला ज्या जागी त्यानं ठार मारलं होतं तिथेच नतमस्तक होऊन भोला शोक, श्रद्धांजली आणि पश्चात्ताप व्यक्त करत होता. दृश्य भावविभोर करणारं होतं. हत्तीसारखा महाकाय प्राणी पण दुःखावेगानं हतबल झाला होता.

भोलाच्या प्रामाणिकतेचं मनातल्यामनात कौतुक करत असतानाच अचानक माझ्या पाठीच्या कण्यातून वीज चमकून गेली. ज्या स्थितीत भोला स्थिरावला होता तिला वैद्यकीय भाषेत 'व्हेंट्रल रिकम्बंसी' असं म्हणतात. ह्या स्थितीत शरीराचा पूर्ण भार छातीवर येतो, पर्यायानं हृदय आणि फुप्फुसांवर येतो. ट्रँक्विलायजेशन प्रशिक्षणादरम्यानचे 'हत्तीसारखा वजनदार प्राणी 'व्हेंट्रल रिकम्बंसी' मध्ये आल्यास, ते जिवावर बेतू शकते' हे प्रशिक्षकाचे उद्‌गार कानात घुमले. नकळत माझा कंठ दाटून आला, आणि मला हुंदका फुटला. काकोडकरांनी खांद्यावर हात ठेवून धीर देण्याचा प्रयत्न करताच माझ्या डोळ्यांतून अश्रूंची धार लागली. अघटिताच्या चाहुलीनं मी हादरून गेलो होतो.

बेशुद्धावस्थेत प्राणघातक स्थितीत बसलेल्या भोलाप्रसादला एका

कडावर आणण्याच्या हेतूनं पशुवैद्यकीय अधिकाऱ्यानं गुंगीला उतार देण्याचं इंजेक्शन दिलं. तीन टन वजनाचा भोला तसूभरही हलला नाही. अघटिताची शंका खरी ठरली होती. व्हेंट्रल रिकम्बंसीच्या स्थितीत राहिल्यामुळे हृदयावर अतिरिक्त दाब पडून भोलाच्या हृदयाची धडधड थांबली होती. आपल्या लाडक्या माहुताच्या दु:खात शोक, संताप, उद्विग्नता अशा सगळ्या भावनांचं प्रदर्शन त्याच्या पद्धतीनं करत भोला शेवटी नतमस्तकतेच्या स्थितीत जग सोडून गेला होता. भोलाचं दु:ख त्याच्या अजस्त्र आकारापेक्षाही मोठं होतं.

भोलाला येथून घालवा, त्याला गोळ्या घाला असं म्हणणाऱ्या ग्रामस्थांचे चेहरे आता उतरले होते. काल त्याच्या जिवावर उठलेली माणसं आज त्याला जंगली फुलं वाहून अश्रुपूर्ण श्रद्धांजली देत होती. झुंडीच्या मानसिकतेची टोकाची दोन रूपं दोन दिवसांत बघायला मिळाली होती. त्या प्रसंगी झालेली मनाची घालमेल आजवर टिकून आहे. ती आजन्म माझ्यासोबत राहील.

◆

वैराटची
जंगलकथा

समुद्र सपाटीपासून ११७८ मीटर उंचीवर वसलेलं वैराट हे विदर्भातील सर्वांत उंच ठिकाण. कालकुंडी, राजनी, कोलामआम, पचांबा अशा खोऱ्यांनी घेरलेलं हे ठिकाण, इथे घोंगावणाऱ्या जोरकस वाऱ्यांमुळे 'हवाखांडी' म्हणूनही ओळखलं जायचं. मेळघाट व्याघ्र प्रकल्पाच्या अतिसंरक्षित क्षेत्राच्या सीमेवर तीसएक घरांची इथे वस्ती. म्हशीच्या दूधदुभत्याचा प्रमुख व्यवसाय असलेली कुटुंबं प्रामुख्यानं इथे राहत असत. त्यांच्या प्रचंड संख्येतील गुरांच्या वावरामुळे बोडखा झालेला हा भाग वनाच्छादित करण्याचे वनविभागाचे सगळे प्रयत्न फोल ठरले होते. पिढ्यान्‌पिढ्या जंगलातील वास्तव्यामुळे वन्यप्राण्यांविषयीचं ग्रामस्थांच्या मनातील भय लुप्त झालं होतं. वर्दीधारी माणसं जणू त्यांचे शत्रूच. वाघ, बिबट, अस्वल, रानडुकरं, ह्यांच्यासोबतच अजून एका प्रजातीच्या उपद्रवाची तक्रार ते सांगायचे – ती म्हणजे वनकर्मचारी.

अशा विपरीत परिस्थितीत १९९० साली पिलारीसेठ नावाचे कर्तव्यदक्ष आणि डॅशिंग वनपरिक्षेत्राधिकारी इथे रुजू झाले. त्यापूर्वी ताडोबा तसंच मेळघाट व्याघ्रप्रकल्पातील तैनातीचा त्यांचा प्रत्येकी पाच वर्षांचा अनुभव होता. त्यामुळे त्यांना वनवासींच्या समस्यांची जाण होती तसंच वन्यजीव व्यवस्थापनात कौशल्य प्राप्त होतं. अत्यंत धाडसी तरी लोकाभिमुख असा हा अधिकारी. वनविभागात त्यांना 'पिलारीबाबा' असं नाव पडलं होतं. अवैध चराई ह्या नाजूक विषयाला हात घातल्यामुळे ते स्थानिकांच्या रोषास पात्र ठरले होते. एकदा त्यांनी अतिसंरक्षित क्षेत्रात मुक्कामाला असलेली दोनशे गुरं चिखलदरा येथील कोंडवाड्यात घातली होती. त्या वेळी एका समाजसेविकेनं मोर्चा काढून अत्यंत आक्रस्ताळेपणाची वागणूक पिलारीसेठसोबत केली तरी ते डगमगले नव्हते.

एकदा झालं असं की चिखलदरा गावात नागपूरच्या खासगी ट्रॅव्हल कंपनीची एक बस सतत दोन ते तीन दिवस एकाच जागी उभी असलेली पिलारीसेठ ह्यांना दिसली. ह्या बसचा संबंध हरणांच्या शिंगाच्या तस्करीसोबत असू शकतो अशी गुप्तवार्ता त्यांना मिळाली... मेळघाटच्या जंगलातून हरणांच्या शिंगांची तस्करी हासुद्धा एक रोचक मामला आहे. दरवर्षी पावसाळा सुरू होण्यापूर्वीच्या काळात हरिणवर्गीय प्राणी जसे सांबर, चितळ, भेकरं ह्यातील नरांची शिंगं आपोआप गळून पडतात. ती नियमित काळाच्या अंतरानं होणारी नैसर्गीक प्रक्रिया असते. ह्या शिंगांच्या

व्यापारावर कडक बंदी आहे. पण मानवी बुद्धी काही ना काही अवैध मार्ग शोधून काढतेच. गळून पडलेली शिंगं काही लोक जंगलातून गोळा करतात. पानगळीचा थर आणि वाढलेल्या गवतामुळे गळून पडलेली शिंगं सहजासहजी दिसत नाहीत. त्यावर उपाय म्हणून ही मंडळी थेट गवताला काडी लावतात. तेथील पाचोळा, गवत, लहान झाडोरा इ. जळून गेल्यावर जमिनीवर पडलेली शिंगं दिसून येतात. आग जंगलात पसरून वणवा भडकण्याचा धोका असतो, पण त्याची शिंगं तस्करांना तमा नसते... तर, पिलारीसेठ ह्यांनी हेरलेल्या बसवर गुप्तहेर नजर ठेवून होते. खात्री होताच, त्यांच्या चमूनं मेमना गावातील एका घरावर छापा टाकला. त्यांचा अंदाज खरा ठरला होता. मोठ्या प्रमाणात हरणाची शिंगं त्या घरातून जप्त झाली. ताब्यात घेतलेल्या इसमानं दिलेल्या माहितीवरून मेळघाटात जोरदार अटकसत्र सुरू झालं. स्थानिक वनवासींचे हे शिकारी नेटवर्क उलगडत, एका प्राथमिक शाळेच्या गुरुजीसह, अटकसंख्या दहाच्या वर गेली. गुन्ह्याचे धागे शेवटी वैराट गावापर्यंत पोहोचले आणि संपूर्ण वनखातं हादरून जावं असा सुगावा हाती लागला. हरणांच्या शिंगांच्या तस्करीचा तपास इतक्या मोठ्या प्रकरणापर्यंत जाऊन पोहोचेल, अशी कुणी कल्पनाही केली नव्हती.

वैराट गावालगत तब्बल दोन वाघांची शिकार झाल्याची माहिती पुढे आली होती. तपासाची कुणकुण लागताच प्रमुख दोन आरोपी भूमिगत होऊन वैराट गावात लपल्याची गुप्त वार्ता कळली. गावातून मोजक्या कर्मचाऱ्यांच्या साहाय्यानं आरोपींना ताब्यात घेणं महाकठीण कर्म होतं.

त्या वेळी मी मेळघाट व्याघ्र प्रकल्पात साहाय्यक वनसंरक्षक संशोधन अधिकारी म्हणून तैनात होतो. वनतपस्वी मारुती चितमपल्ली साहेबांकडून त्यांच्या सेवानिवृत्तीचं वेळी उपसंचालक पदाचा कार्यभार स्वीकारण्याचं अहोभाग्य मला प्राप्त झालं होतं. त्या वेळी मेळघाट व्याघ्रप्रकल्पात एकूण सात उच्चस्तरीय वनाधिकारी कार्यरत होते, सगळ्यांचा संदर्भित तपासात सक्रिय सहभाग होता परंतू खासगी बसच्या 'त' पासून दोन वाघांच्या शिकारीच्या 'ताकभाता' पर्यंत पोहोचणारे पिलारीसेठ हेच खरे हिरो होते. परिस्थितीचं गांभीर्य जाणून अमरावतीचे तत्कालीन पोलीस अधीक्षक भाल साहेबांनी दोन महिला पोलीस कारवाईकरीता उपलब्ध करून दिल्या. एकूण चाळीस वर्दीधाऱ्यांची चमू भल्या पहाटे वैराट

गावात दाखल झाली. आरोपी लपून बसलेल्या घराला वेढा घालण्यात आला. काही केल्या आरोपी घराबाहेर येईनात. कुठलाही अपेक्षित विरोध दिसून येत नव्हता. वातावरणात विचित्र गूढ निर्माण झालं होतं. तशात अचानक शेजारच्या घरातील एका महिलेनं दारात उभ्या असलेल्या महिला पोलीस कर्मचाऱ्याच्या अंगावर गरम पाण्याचं घंगाळ रिकामं केलं आणि गोंधळास सुरुवात झाली. आजूबाजूला जमलेले बघेसुद्धा चाल करून आले. काही कर्मचाऱ्यांनी आरोपीच्या घराचं दार तोडलं आणि दोन्ही आरोपींच्या बखोट्या धरून त्यांना बाहेर आणलं. त्यांना सरकारी गाड्यांपर्यंत नेताना जमावाच्या शिवीगाळ आणि आरडाओरडीनं आमची चांगलीच त्रेधा उडाली. वाहनांमधे बसताच जबरदस्त दगडफेक सुरू झाली. आमच्या गाडी चालकाला वेगळंच स्फुरण चढलं. बिनधास्त खाली उतरून त्यानं दगडांचा प्रतिहल्ला केला तेव्हा जमाव थोडा मागे रेटला गेला व आम्ही तिथून अक्षरश: पळ काढला.

त्या धुमश्चक्रीनंतर आरोपींना घेऊन चिखलदरा येथील कार्यालयात पोहोचलो. चौकशीत त्यांनी गुन्हा कबूल केला. ते दोघे बाप-लेक होते. शिकार नेमकी कुठे केली गेली त्या घटनास्थळी पंच मंडळींना घेऊन आम्ही वैराटवरून दोन कि.मी. खाली व्याघ्र प्रकल्पाच्या अतिसंरक्षित क्षेत्रातील खोऱ्यात उतरलो. आरोपींची उपद्रवी पार्श्वभूमी लक्षात घेता ते पळून जाऊ नयेत म्हणून एका आरोपीच्या जोडीनं मीसुद्धा स्वत:च्या हातात हातकडी घालून घेतली होती. माझ्या हातातील हातकडी अधिकाराची, कर्तव्याची होती तर त्याच्या हातात कायदेभंगाची होती.

आरोपीच्या मुलानं सांगितलं, ‘‘त्या दिवशी मी एकटाच म्हशी चारायला आलो होतो. अचानक आलेल्या वाघानं म्हशींवर हल्ला केला. चरणाऱ्या म्हशी व मी जीव वाचविण्यासाठी पळालो पण एक म्हैस वाघाच्या हाती लागली. घरी गेल्यावर वडिलांना घडला प्रकार सांगितला. ह्या वाघाला जिवंत सोडायचा नाही असं ठरलं. दुसऱ्या दिवशी जंगलात ‘न्युक्रॉन’ विषाची बाटली घेऊनच गेलो. मेलेल्या म्हशीच्या पुठ्ठ्याचा जो भाग वाघानं खाल्ला होता त्याच जखमेवर न्युक्रॉन शिंपडलं व परत आलो. तिसऱ्या दिवशी पुन्हा घटनास्थळी जाऊन पाहिलं तर मेल्या म्हशीजवळ दोन वाघ मरून पडलेले दिसले. पुढील दोन दिवस मी आणि माझ्या बापानं दोन्ही वाघांची चिरफाड केली. त्यांच्या शवांची

खांडोळी करून खोऱ्यात फेकली आणि कातडं काढून व्यवस्थित ठेवलं." कातडं वगळता त्या परिसरात सगळे पुरावे शोधण्यात आम्हाला यश आले.

वनविभागानं खोऱ्यात दहशत माजवली असून तेथील काही पुरुषांना गायब केले आहे, अशी खोटी तक्रार आमच्याविरुद्ध पोलीस स्टेशनला देण्यात आली होती. चिखलदऱ्याला दौऱ्यावर असलेल्या पोलीस अधीक्षकांना वस्तुस्थिती समजावून सांगितली. त्यांच्यासमोर आरोपींना प्रस्तुत करताच त्यांनी वाघाची कातडं ताब्यात देण्याचं कबूल केलं. आरोपीसोबत भरपूर फिरणं झालं पण कातडं सापडलं नाही. इकडे आमचेविरुद्ध तीन मुलींचं अपहरण केल्याची तक्रार त्याच समाजसेविकेकडून थेट मुख्यमंत्र्यांकडे केली गेली. तातडीनं उच्च-स्तरीय चौकशीचे आदेश झाले आणि तक्रार फोल असल्याचा निष्कर्ष निघाला.

शिकारीचं प्रकरण अनेक वर्षं न्यायालयात सुरूच राहिलं. दरम्यान, वैराट गावाचं पुनर्वसन झालं. तेथील सनसेट पॉइंट आता लोकप्रिय पर्यटन स्थळ झालं आहे. अत्यंत विलोभनीय अशा सूर्यास्त आणि सूर्योदयादरम्यानच्या जंगलातील किर्र काळोखात काय काय घडतं त्याची कल्पना केवळ वनवासी आणि वनकर्मचाऱ्यांनाच असते. नैसर्गिक वनसौंदर्य कायम राखण्याकरीता झटणाऱ्या वनकर्मचाऱ्यांना अनेक स्तरांवर संघर्ष करावा लागतो आणि वाट्याला कौतुकाचे दोन शब्द अपवादानंच येतात. अत्यंत विपरीत स्थितीत काम करणाऱ्या पिलारीसेठ ह्यांच्यासारख्या निष्ठावान अधिकाऱ्यांचं कर्तृत्व कधीच प्रकाशात येत नाही. अशा बोटावर मोजण्याइतक्या अधिकाऱ्यांच्या जोरावर सरकारी यंत्रणा अजूनही तग धरून आहे.

◆

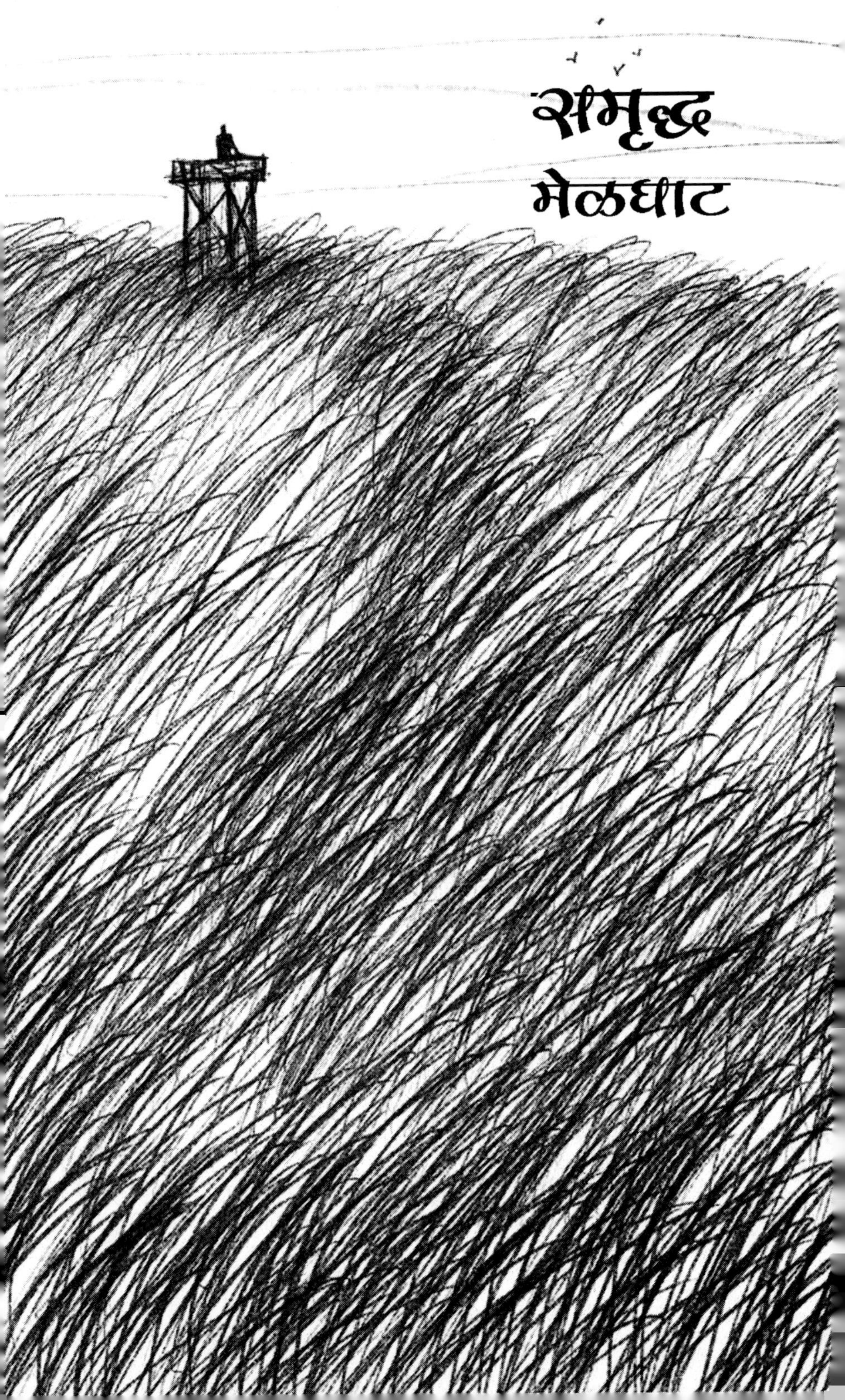
समृद्ध
मेळघाट

तारूबंदा! मेळघाटातील एक दुर्गम गाव. कोरकू आदिवासींच्या भाषेत तारू म्हणजे झाड. चहूबाजूनं दाट वनराईनं घेरलेलं – म्हणून नाव तारूबंदा! तारूबंदा ते चिखलदरा हा सलग पंचवीस किलोमीटरचा पट्टा घनदाट जंगलाचा. एकोणिसाव्या शतकाच्या शेवटी ह्या परिसरास राखीव वनाचा दर्जा प्राप्त झाला आणि इंग्रज अधिकाऱ्यांनी गावापासून एक कि.मी. अंतरावर एक विश्रामगृह उभारलं. तारुबंदा पठाराच्या पूर्वेकडील सोंडीवर वसलेल्या ह्या विश्रामगृहातून उगवत्या सूर्याचं तसंच सातपुड्याच्या उंच पर्वतरांगामधील हिरव्याकंच समृद्ध जंगलाचं विलोभनीय दर्शन घडतं. भल्या पहाटे विविध प्रजातींच्या पक्ष्यांचा मंजूळ किलबिलाट आणि जंगल रात्रीच्या भयाण अंधारातील वन्यप्राण्यांच्या आवाजाचा थरार. दोनच कक्षांच्या ह्या छोटेखानी विश्रामगृहाच्या व्हरांड्यात पावसाळी रात्रीत अनेकदा साक्षात अस्वलांचा मुक्काम असतो. त्या काळातील श्रीमंत संस्थानिक आणि इंग्रज राज्यकर्ते तर ह्या जागेच्या प्रेमातच पडले होते.

कालांतरानं वरील क्षेत्राच्या व्यवस्थापनाकरीता बहुमोल सागवान वृक्षांची तोड करून तारुबंदा इथे लाकडाचं आगार उभारलं गेलं. सागाचे ओंडके आगारात विक्रीला ठेवलं जायचे आणि काटक्या स्थानिक आदिवासींना जळणासाठी विनामूल्य नेण्याची परवानगी होती. ह्या कामामुळे ग्रामस्थांना भरपूर रोजगार प्राप्त झाला होता. वनउत्पादनाच्या ह्या मोठ्या आवाक्याच्या कामाचा अनुभव यावा म्हणून भारतीय वनसेवेतील परिविक्षाधीन अधिकाऱ्यांना ह्या रेंजचा कार्यभार देण्यात येत असे. सेवानिवृत्त प्रधान मुख्य वनसंरक्षक प्रकाश ठोसरे ह्यांनीसुद्धा त्यांच्या सेवेच्या सुरुवातीस हा अनुभव घेतला होता. ते सहकुटुंब तारुबंदा येथे वास्तव्यास होते. त्यांच्या तोंडून सुरस जंगलकथा ऐकण्याची संधी मला लाभली.

तारूबंदा एका पठारावर वसलेलं असल्यामुळे तिथं पाण्याचं सतत दुर्भिक्ष्य असतं. वनविभागातर्फे गावालगत निर्मिलेला तलाव तसंच ब्रिटिश काळात वनविश्रामगृहाच्या खालच्या बाजूस १९२०च्या सुमारास नाल्यावर बांधण्यात आलेला बांधारा हे तेथील पाण्याचे प्रमुख स्रोत. ह्यांच्याशिवाय भर जंगलात ह्याच नाल्यानजीक एका विहिरीत पाण्याची उपलब्धता अशी की पावसाळ्यात हात घालून पाणी काढता येते. ह्या

विहिरीजवळच तुम्हाला एक कबर आढळेल. त्या ठिकाणी भडकलेल्या वनवणव्यात कर्तव्यावर असताना शहीद झालेले बहादूर रेंज अधिकारी मो. नजिर ह्यांची ती कबर आहे. झाडावर चढून वणव्याच्या प्रसाराचा अंदाज घेताना, त्यास नियंत्रित करण्याच्या प्रयत्नात धुरामुळे श्वास गुदमरून त्यांना मूर्च्छा आल्यामुळे ते थेट आगीत कोसळले आणि शहीद झाले.

तारुबंदा विश्रामगृहाला पूर्वी पाणी पुरवठा बैलगाडीनं करावा लागत असे. वर्ष २००४ मधे विश्रामगृहाच्या छतावरील पावसाचं पाणी साठवण्याची व्यवस्था आम्ही करवून घेतली. आता तिथे साठ ते पासष्ट हजार लिटर पावसाच्या पाण्याची साठवणूक होते, परिणामी हे विश्रामगृह उन्हाळ्यातही पूर्ण क्षमतेनं वापरलं जातं. तारूबंदावरून जंगल सफारीचा आठ किमी.चा तारुबंदा, कांद्रिबाबा, कुंड असा मार्ग घनदाट वनराईचा. ह्याच मार्गावर दोन कि.मी.वर तारुबंदाच्या रेंजरनं कधी काळी एका हनुमान मूर्तीची स्थापना केली. आता त्या हनुमान मंदिराला जागृत देवस्थानाची प्रतिष्ठा प्राप्त झाली आहे. भाविक भक्तांचा तेथील वन्यप्राण्यांना उपद्रव होऊ नये म्हणून तेथे शेकोटी किंवा स्वयंपाकाकरीता जाळ करणे, प्लास्टीकचा वापर, भजन किर्तनाकरीता भोंगे लावणे ह्यावर निर्बंध ठेवण्याचं अतिरिक्त कार्य वनविभागाकडे आलं आहे.

सन २००० साली मेळघाटच्या पायथ्याशी राजूर गिरवापूर येथे पुनर्वसन करण्यात आलेले कुंड हे मुळ गाव तारूबंद्यापासून आठ कि.मी. अंतरावर आहे. चिखलदऱ्याच्या ११०० मी. समुद्र सपाटीपासूनच्या उंचीपासून उतरता उतरता आपण पाचशे मी. उंचीपर्यंत घसरत आलो की समजायचे कुंड गाव आले. असंख्य पर्वत व खोऱ्यांचा ह्या प्रदेशात निसर्गसौंदर्य आणि जंगलातील अस्सल शांत वातावरणाची अनुभूती होते. ह्याच टापूत वाहणारी साक्री नदी, सुकलीबुरा, सिपनाखांडी आणि हुंडाआम हे नाले ह्यांचे मिलन कुंड गावानजीक होते. त्यामुळे येथे पाण्याची रेलचेल असते. साक्री नावाची एक बोरांची वेली प्रजाती येथे आढळून येते. सर्वत्र वैशाख रणरणत असताना बोरीच्या ह्या वेलीला साखरेच्या गोडीची, मेव्यासारखी चव असलेली धवलशुभ्र रंगाची फळे येतात. चिखलदरा पठारावरील पस्तलाई गावाच्या उत्तरेस असलेल्या खोऱ्यात ह्या साक्री वेली बोरी विपूल प्रमाणात आढळून येतात. ह्या

फळांच्या गोडव्यावरून नदीचे आणि खोऱ्याचे नाव साक्री असे पडले. कुंड गावाच्या पुढे साक्री नदीचं नामांतर 'कुंड' नदी असं होतं. कुंड नदी केली ह्या गावानजीक आपलं अस्तित्व मेळघाटाची जीवनरेखा असलेल्या 'सिपना' नदीत विलीन करते.

सागवान वृक्षांची मुबलकता हे मेळघाटाचं वैशिष्ट्य. कोरकू भाषेत सागवानाला शब्द आहे 'सापुन'. सापुनवरून नदीचं नाव सिपना. मेळघाटच्या अभयारण्यात कोरकू आदिवासींची भाषा आणि संस्कृतीच्या पाऊलखुणा जागोजागी सहजच नजरेस येतात. कुंड परिसरात जंगलाचं अस्सल वैभव बघायला मिळतं. गावाचे पुनर्वसन झाल्यानंतर रिकाम्या झालेल्या जागेत तीस हेक्टर क्षेत्रावर उगवलेलं हिरवंकंच गवती कुरण मन प्रसन्न करतं. उन्हाळ्यात डोंगराळ भागातून रानगवा, सांबर, भेकर असे प्राणी कुंड परिसरात स्थलांतरित होत असतात. त्यांच्या पाठीचे शिकारी प्राणी जसे रानकुत्रे, बिबट, वाघ यांचा वावर वाढतो. वेली बोरीच्या झाडाची गोड फळं हा अस्वलांचा वीक पॉइंट. उन्हाळ्यात ह्या सुकलेल्या फळांचा पालापाचोळ्यात शोध घेऊन त्यांचा आस्वाद अस्वलं हक्कानं घेतात.

अशा बिकट जंगलात वनखात्याचे केवळ एक वनपाल आणि चार वनरक्षक इतके कर्मचारी कुंड इथे कार्यरत असतात. वैराट येथील बिनतारी संदेश रिपीटर स्टेशनशी तेवढा त्यांचा संपर्क असतो. इथे बदली म्हणजे शिक्षा अशी धारणा असताना ग्वालवंशीसारखे कर्तव्यनिष्ठ अधिकारी आजही अनेक वर्षांपासून इथे आनंदानं कर्तव्य बजावत आहेत. विभागातील असे सन्माननीय अपवाद लक्ष वेधून घेतात.

पावसाळी दिवसांत तर हा कुंड परिसर म्हणजे केवळ स्वर्गच! तेथील उंच बांबूकुटीवर एक तास ध्यान मांडून तत्कालीन जिल्हाधिकारी भापकर साहेबांनी फुफ्फुसं शुद्ध प्राणवायूनं काठोकाठ भरून घेतली होती. उन्हाळ्यात बुद्ध पौर्णिमेला वन्यप्राणी प्रगणनेकरीता वन्यप्रेमींना प्रत्यक्ष सहभागाची संधी दिली जाते. ह्याकरीता होणाऱ्या संगणकीय आरक्षणात सर्वांत जास्त मागणी कुंड परिसराची असते. तब्बल तीस पाणवठ्यांनी समृद्ध असलेल्या ह्या परिसरात वन्यप्राणी दर्शनाची शक्यता सर्वाधिक असते.

परिसरातील शुद्ध पर्यावरणामुळे असेल पण येथील ग्रामस्थ एकूणात

खूप आनंदी आणि समाधानी दिसून येतात. साडेचार फूट उंची असलेलं सोमजी कासदेकर म्हणजे वन आणि वन्यप्राणी ह्यांच्या विषयीच्या माहितीचे जणू चालते फिरते संगणक. टायगर ट्रेकिंगच्या वेळी मला जंगलात त्यांच्या सहवासाचा योग आला आणि थक्क झालो. वनस्पतींची ओळख, वन्यप्राणी व त्यांचे अप्रत्यक्ष पुरावे, त्यांची वर्तणूक व स्वभाव प्रत्येक विषयावर त्यांची दांडगी पकड होती. कुंड ते चिखलदरा व परत कुंड असा तीस कि.मी.चा निबिड जंगलातील प्रवास एका दिवसात एकट्यानं करण्याची त्यांची ख्याती होती. त्यांची बटुमूर्ती आणि मिश्कील चेहरा अजूनही माझ्या स्मरणात आहे. त्यांच्याशी बोलताना कळलं की कुंड गावातील लोक दीर्घायुषी असतात. ज्या वेळी आमचा संवाद सुरू होता त्यापूर्वीच्या दहा वर्षांत त्या गावात एकही मृत्यू घडला नव्हता. आणखी एक मजेशीर गोष्ट त्यांनी सांगितली, की त्यांच्या गावच्या मुली लग्न करून सासरी दुसऱ्या गावाला जात नाहीत. उलट मुलींचे नवरेच घरजावई बनून गावात राहतात. कारण विचारताच ते हसत म्हणाले, 'सालभर गावनजीक मच्छी मिलती है ना!'

कुंडच्या निसर्ग समृद्धीमुळे तेथील लोकांचा हॅपीनेस इंडेक्स उच्चतम असल्याची प्रचिती आली. वनखात्यातील नोकरीच्या निमित्ताने, कुंड येथील बांबूंच्या खुल्या मचाणावर, महिन्यात किमान एक मुक्काम स्लीपिंग बॅगमध्ये करायची संधी मिळणे ही माझ्यासारख्या निसर्गवेड्यासाठी पर्वणी न ठरती तरच नवल. मेळघाटातील कुपोषण व बालमृत्यूसाठी दुर्गम जंगली भाग ही सबब पुढे केली जाते पण तारुबंदा-कुंडसारखं समृद्ध वनक्षेत्र त्यास अपवाद ठरते. मेळघाटातील कुपोषणाचा प्रश्न 'गाव तेथे वन' ही संकल्पना राबवल्यास सुटू शकेल. विकासाचा दृष्टिकोन एकशे ऐंशी अंशानं फिरवण्याची वेळ आली आहे. 'वन-धन-जन' – वन है तो धन है तो जन है, हा मंत्र अंगीकारावा लागेल.

◆